நாளும் இன்னிசையாக

ம. ஆயிசா மில்லத்

மற்றும்

நா. மம்மது

நாளும் இன்னிசையாக	:	கட்டுரைகள்
ஆசிரியர்	:	ம. ஆயிசாமில்லத் & நா. மம்மது
	:	© ஆசிரியருக்கு
முதற்பதிப்பு	:	ஜனவரி 2023
அட்டை வடிவமைப்பு	:	பொறியாளர் இளஞ்செழியன்
வெளியீடு	:	வம்சி புக்ஸ்
		19, டி.எம்.சாரோன்,
		திருவண்ணாமலை - 606 601
		9445870995, 04175 - 235806
அச்சாக்கம்	:	மணி ஆப்செட், சென்னை - 600 077
விலை	:	₹ 200/-
ISBN	:	978-93-93725-37-0

Naalum Innisaiyaga	:	Articles
Author	:	M. Ayisha-Millath & N.Mammathu
	:	© Author
First Edition		January - 2023
Wrapper Design	:	Poriyalar Elanchezian
Published by	:	Vamsi books
		19.D.M.Saron,
		Tiruvannamalai - 606 601
		9445870995, 04175 - 235806
Printed by	:	Mani Offset, Chennai - 600 077
Price	:	₹ 200/-
ISBN	:	978-93-93725-37-0

www.vamsibooks.com - e-mail: kvshylajatvm@gmail.com

முகம் தெரியாத அந்த

கட்டுவிச்சி

சாலினி

வேலத்தி

அகவன்மகள்

தேவராட்டி

விறலி

தேவரடியார்

நன்றி நவில்கிறேன்...

வம்சி ஷைலஜா

கணினித்தட்டச்சு செய்த தேவி

எத்தனைமுறை திருத்தினாலும் பொறுமையாக அத்தனை முறையும் திருத்தம் மேற்கொண்ட அஜித்தா

நூல் கட்டுமானம் செய்த மோகனா

இல்லாள், மக்கட் செல்வங்கள், பெயரன்மார், பெயர்த்திமார்

அட்டை வடிவமைத்த பொறியாளர் இளஞ்செழியன்.

பொருளடக்கம்

1. உலகெங்கும் முல்லைப்பாணி - பண்: மோகனம்........ 7
2. சிலம்பு கூறும் பண்... 17
3. வைணவ உரை மரபில் தமிழிசை......................... 89
4. தமிழர் கூத்தும் இசையும்................................... 96
5. கலைஞர்களும், 'குடியும்',
   குடிசார்ந்த எண்ணங்களும், விழுமியங்களும்.......... 107
6. தமிழ் மொழியின் வலிமை................................. 114
7. தமிழ் இசை மரபில் - 'பண்பெயர்ப்பு'................... 118
8. சூஃபியின் மொழி... 130
9. அப்பாவும் வள்ளலாரும்....................................... 134
10. இசுலாமியரின் இசைப்பாடல் பங்களிப்பு............... 140
11. மதுரை சோமு - ஒரே ஒரு பாடல்......................... 159
12. மக்களை மயக்கிய இசை மன்னன்......................... 162
13. பண்டிதர் இசைக்குப்
    பல்கலைக் கழகங்கள் செவி சாய்க்குமா?............. 176
14. நிகண்டுகளில் பண்குறிப்புகள்............................ 189

1. உலகெங்கும் முல்லைப்பாணி -
பண்: மோகனம் (ம. ஆயிசா மில்லத்)

ஒற்றைச் சுரத்தில் தொடங்கிய நமது செய்திப் பரிமாற்றம் இன்று 5, 6, 7 சுரங்களில் மனித குலத்தின் ஒப்பற்ற துணையாக உலகெங்கும் மொழி, இனம் கடந்து நம்மை ஒன்றிணைத்து இசையாகப் பயணிக்கின்றது. மனிதன் மொழியைக் கையாள்வதற்கு முன்னரே இசையைக் கையாண்டான். எனவே இசை மொழிக்கு முந்தையது.

குறிஞ்சி, முல்லை, மருதம், நெய்தல், பாலை என ஐவகை நிலம் பகுத்து அவற்றுக்கென பெரும்பண் மற்றும் சிறுபண் வகுத்த பெருமை தமிழனையேச் சேரும். முல்லையும் குறிஞ்சியும் தற்காலிக பாலையானாலும் அதற்கும் ஒரு பெரும்பண் மற்றும் சிறுபண் வகுக்கப்பட்டது சிறப்பு. தமிழர்களால் ஐவகை திணை பகுக்கப்பட்டதற்கு நம் தமிழ்நாட்டின் நில அமைப்பே காரணம். சிறிய நிலப்பரப்பில் வேறெங்கும் இத்தனை வகையான நில அமைப்புகளை காண்பது அரிது. அவ்வாறு இருப்பின் அம்மக்களால் அந்நிலங்கள் இவ்வாறு பகுக்கப்பட்டதா? அவை

அவர்களின் இலக்கியங்களில் பதிவு செய்யப்பட்டுள்ளதா? என்பது ஆராய்ச்சிக்குரியது. தொல்காப்பியமே நமக்கு கிடைத்த இலக்கியங்களில் தொன்மையானது. அகத் திணையில் ‘யாழின் பகுதி’ எனக் குறிப்பிடப்படுகின்றது. ‘யாழ்’ என்பது ஏழு சுரப்பண்ணை குறிக்கும். அந்த ஏழு சுரப்பண்ணில் பிறக்கும் பண்கள் யாழின் பகுதியாகும். உரையாசிரியர் இளம்பூரணர் இந்தப் பகுதிக்குத் தந்த விளக்க உரையில் ‘சாதாரி’ பண்ணை நாம் அறியலாம். சாதாரியே இன்றைய மோகனம்.

உலக இசையும் தமிழிசையும் என்ற புத்தகத்திற்காகத் தரவுகள் சேகரிக்கும் பொழுது நம் இலக்கியங்கள் கூறும் முல்லைப்பாணி (மோகனம்) பெருவாரியாக உலகெங்கும் இசைக்கப்படுவது என்ற வியப்பான தகவல் கிடைத்தது. இக்கட்டுரையில் மோகனப்பண் உலகெங்கிலுமுள்ள மக்களால் எவ்வாறெல்லாம் வழங்கப்படுகின்றது இசைக்கப்படுகிறது என்பதைக் காண்போம்.

நீட்டிசையில் தொடங்கியது இசையின் பயணம். (இன்றும் கிராமங்களில் பேச்சுவழக்கில் நாம் ஒற்றை, இரட்டைச் சுர நீட்டிசையைக் காணலாம். (‘ஏ மாயா’, ‘ஓ’). மூன்று, நான்கு சுரங்களிலிருந்த கட்டுவிச்சியின் இசை தொடக்க காலங்களில் இவ்வளவு இனிமையாக இருந்திருக்குமா என்பது சந்தேகமே. இன்றைய காலகட்டங்களில் ஏழு சுரப்பண்களானத் தாய்ப் பண்ணிலிருந்தே சேய்ப் பண்கள் உருவாவதாகக் கூறி வருகிறோம். ஆனால் மூன்று, நான்கு சுரங்களில் ‘ஓதுதல்’ அதன் அடுத்த பரிமாணமாக ஐந்திசை பண்களைக் கையாளத் தொடங்கியது இசையை அடுத்த கட்டத்திற்கு எடுத்துச் சென்றது.

ஐந்து சுரப்பண்கள் இனிமையானவை; எளிமையானவை.

தொடக்க காலத்தில் பல்வேறு இனக் குழுக்கள் அவர்களின் இசைக்கருவியை 5 சுரங்களை கொண்டே அமைத்தனர். எடுத்துக்காட்டாக,

ஜப்பானியர்களின் சக்குகாட்சி (shakuhachi flute) புல்லாங்குழல்:

SHAKUHACHI FLUTE

source: https://www.britannica.com/art/shakuhachi

ஜப்பானிய சக்குகாட்சி புல்லாங்குழல் 'மின்யோ' (minyo - Folk Scale) பண்ணுக்காக சுரப்படுத்தப்பட்டது. இப்புல்லாங்குழலில் உள்ள சுரங்கள் 'D F G A C'. அதாவது 'ரி2' வை 'ச' வாக பண்ணுப் பெயர்த்தால் கிடைப்பது 'ச க1 ம1 ப நி1 - சுத்த தன்யாசி' (மருதப்பாணி மருத நிலச் சிறுபண்).

அமெரிக்க பூர்வ குடிகளின் ஐந்து துளை புல்லாங்குழல் (Native American flute):

NATIVE AMERICAN FLUTE

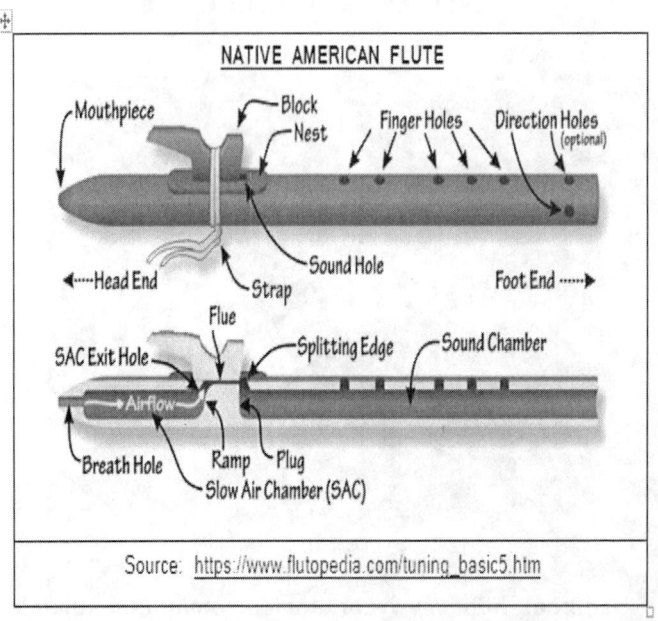

Source: https://www.flutopedia.com/tuning_basic5.htm

அமெரிக்க பூர்வ குடிகளின் புல்லாங்குழல் 5 சுரப் பண்களை இசைப்பதற்காகவே வடிவமைக்கப்பட்டது.

தைவானின் ஐந்து துளை புல்லாங்குழல் (Xiao):

TAIWANESE XIAO

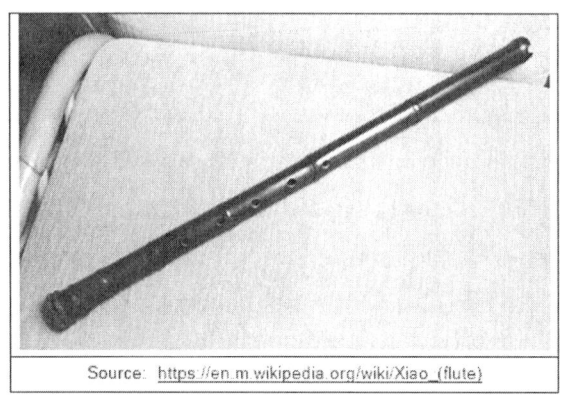

Source: https://en.m.wikipedia.org/wiki/Xiao_(flute)

'ஏழ்புழை ஐம்புழை யாழிசை கேழ்த்தன்ன' (பரிபாடல் 8:22)

தமிழிசையின் சிறப்பான செய்தி என்னவென்றால் ஈராயிரம் ஆண்டுகளுக்கு முன்னரே தமிழிசை செவ்வியல் வடிவம் கொண்டதை, 12 சுரத்தானங்கள், பண்/யாழ் (7 சுரப்பண்), பண்ணியல் (6 சுரப்பண்), குழல்/திறம்/பாணி (5 சுரப்பண்), திறத்திறம் (4 சுரப்பண்) போன்ற சொல்லாடல்கள் தமிழ் இலக்கியங்களில் வழங்கி வந்ததைக் காணலாம். ஐந்து சுரப் பண்களை ஆங்கிலத்தில் Pentatonic scale என்பர். 'பெண்டா' என்றால் கிரேக்க மொழியில் ஐந்து எனப் பொருள்படும். இடைப்பட்ட காலங்களில் ஐந்து சுரப்பண்கள் மத வழிபாட்டிற்கும் தியானத்திற்கும் பயன்பட்டன. பியானோவில் கருப்பு கட்டைகளை மட்டும் வாசித்தால் நாம் எளிதாக ஐந்து சுரப்பண்களை கையாளலாம்.

முல்லை நிலப் பெரும்பண்ணான செம்பாலையில் பிறந்தது இந்த மோகனப்பண். இப்பண் இடைக்காலத்தில் ‘சாதாரி’ என்றும் பின்னர் கடைக்காலத்தில் ‘மோகனம்’ என்றும் பெயர் பெற்றது. (தமிழிசைக் கலைக்களஞ்சியம். 50(4))

எக்காலத்திலும் பாடக்கூடிய இப்பண் தொன்மையானது என்பதற்கு இலக்கியங்களில் பல சான்றுகள் உள்ளன. நமது தமிழ்த்தாய் வாழ்த்து முல்லைபாணியான மோகனத்தில் அமைந்ததே. விருத்தம், கீதம், வர்ணம், கீர்த்தனை எனப் பலவிதமான படைப்புகளுக்கும் மோகனத்தில் இடம் உண்டு. இது ஒரு மூர்ச்சனை பண்ணாகும்.

ஏறுநிரல் : ச ரி2 க2 ப த2 ச்

இறங்குநிரல்: ச் த2 ப க2 ரி2 ச

இணைமுறையில் (வலமுறை) குரலை (ச) தொடக்கச் சுரமாகக் கொண்டு இணை தொடுக்க நாலு சுழற்சியில் கிடைக்கும் பண் முல்லைப்பாணி என்ற மோகனமாகும்.

இணைமுறை பண்ணாக்கம்

ச	ரி1	ரி2	க1	க2	ம1	ம2	ப	த1	த2	நி1	நி2	சுரம்
0	1	2	3	4	5	6	7					ச- ப
5	6	7					0	1	2	3	4	ப- ரி2
		0	1	2	3	4	5	6	7			ரி2- த2
3	4	5	6	7					0	1	2	த2- க2

முல்லைப்பாணி: மோகனம் (ச ரி2 க2 ப த2)

இப்பண்ணின் சுரங்களை ரி2 (துத்தம்) முதல் த2 (விளரி) வரை வலமுறைத்திரிபில் பண்ணுப் பெயர்த்தால் ஏனைய சிறு பண்களான குறிஞ்சிப்பாணி (மத்யமாவதி), நெய்தல்பாணி (இந்தளம்), பாலைப்பாணி (சுத்தசாவேரி) மற்றும் மருதப்பாணி (சுத்ததன்யாசி) கிடைக்கும்.

வலமுறைத்திரிபு

பன்னிருதானசுரங்கள்	ச	ரி^{1}	ரி^{2}	க^{1}	க^{2}	ம^{1}	ம^{2}	ப	த^{1}	த^{2}	நி^{1}	நி^{2}	சுரங்கள்
1.**முல்லைபாணி (மோகனம்)**	ச		ரி^{2}		க^{2}			ப		த^{2}			ச ரி^{2} க^{2} ப த^{2}
2.**குறிஞ்சிப்பாணி (மத்யமாவதி)**	நி^{1}		ச		ரி^{2}			ம^{1}		ப			ச ரி^{2} ம^{1} ப நி^{1}
3.**நெய்தல்பாணி (இந்தளம்)**	த^{1}		நி^{1}		ச			க^{1}		ம^{1}			ச க^{1} ம^{1} த^{1} நி^{1}
4.**பாலைப்பாணி (சுத்தசாவேரி)**	ம^{1}		ப		த^{2}			ச		ரி^{2}			ச ரி^{2} ம^{1} ப த^{2}
5.**மருதப்பாணி (சுத்ததன்யாசி)**	க^{1}		ம^{1}		ப			நி^{1}		ச			ச க^{1} ம^{1}ப நி^{1}

நாட்டார் இசையின் பரிணாமமே செவ்வியல் இசை. 'All our classical ragas have emerged from folk songs" என்பது சரோட் இசைக்கலைஞர் அம்சத் அலிகானின் கூற்று. நாட்டுப்புற இசையில் முல்லைப்பாணியின் ஆதிக்கம் மேலோங்கி உள்ளது. ரவீந்திரநாத் தாகூர் மோகனத்தின் சாயலைக் கொண்ட ஸ்காட்லாண்டு நாட்டுப்புற மெட்டில் அமைந்த பாடலை (Auld Lang syne) தனது இசை நாடகத்தில் பயன்படுத்தியுள்ளார்.

இந்துத்தானி இசையில் ‘பூப்’ அல்லது ‘போபாலி’ என்ற பெயரில் முல்லைப்பாணி இசைக்கப்படுகின்றது.

ஆப்பிரிக்காவில் சூடான் நாட்டின் நாட்டுப்புற இசையில் புழங்கப்படும் பண்களில் மோகனமும் ஒன்று. அங்கு நமது முல்லைப்பாணி ‘Iwon marun’ என்ற பெயரில் இசைக்கப்படுகின்றது.

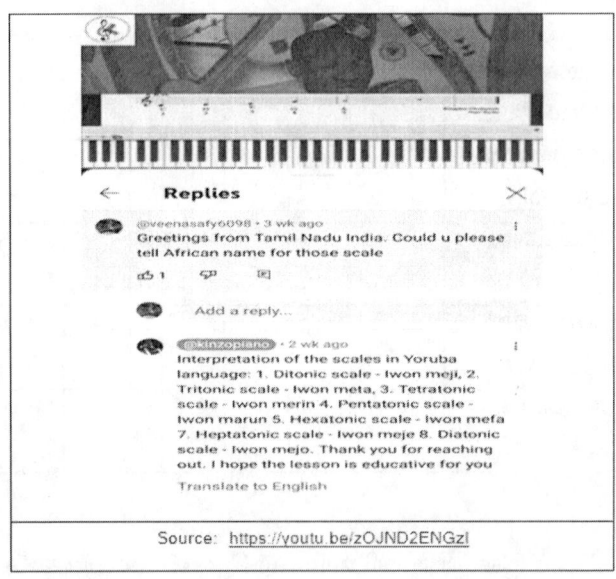

Source: https://youtu.be/zOJND2ENGzI

தென்கிழக்கு ஆசிய நாடுகளான சீனா, ஜப்பான், கொரியா, தைவான், வியட்நாம், கம்போடியா, தாய்லாந்து, பிலிப்பைன்ஸ், நேபாளம், பூட்டான், பர்மா போன்ற நாடுகளில் பெருவாரியாக இசைக்கப்படும் பண் இந்த மோகனம் ஆகும்.

சீனாவின் நாட்டு வாழ்த்து மோகனத்தில் அமைந்ததே. சீனாவில் மோகனப்பண் 'Gong mode' என்று இசைக்கப்படுகின்றது.

ஐரோப்பிய இசையில் 'C Major Pentatonic scale' (C D E G A), Major pentatonic - I என்று மோகனம் இசைக்கப்படுகின்றது.

தென்கிழக்கு ஆசியாவில் 'Akha Khmer Pentatonic - I' என இசைக்கப்படுகின்றது.

சீனாவில் புழங்கப்பட்ட மோகனப்பண் கொரியா வழியாக ஜப்பான் வந்தடைந்து 'ரியோ' (Ryo) என்ற பெயரில் இசைக்கப்படுகின்றது

சீன மற்றும் மங்கோலிய இசையின் தாக்கத்தைக் கொண்டது கொரிய இசை. கொரியாவில் முல்லைப்பாணி "Kyemyonjo' என்ற பெயரில் இசைக்கப்படுகின்றது.

மங்கோலியர்கள் தொண்டையில் ஒரு தனித்துவமான பாணி அல்லது 'கூமி' (Khoomii) என்று அழைக்கப்படும் மேலோட்டமான பாடல் முறையை கொண்டுள்ளனர். அங்கு குரல் ஒரு கருவியாகப் பயன்படுத்தப்படுகிறது. மங்கோலியா மற்றும் சீனாவில் 5 சுரப்பண்களே பெரும்பாலும் இசைக்கப்படுகின்றது. மங்கோலிய இசை ஆசிய இசையை அடிப்படையாகக் கொண்டது. அவர்கள் நமது மோகனப் பண்ணை கையாளுகின்றனர். (ref: mongoliamusicweebly.com)

பர்மாவில் நமது மோகனம் 'Paksa bou Pale' என்ற பெயரில் இசைக்கப்படுகின்றது.

உலக இசையில் முல்லைப்பாணி

வ. எண்	நாடுகள்/இசை	முல்லைப்பாணி / மோகனம்
1.	தமிழிசை	முல்லைப்பாணி, முல்லைக்குழல் சாதாரி, ஆயன்குழல், மயோன்பாணி
2.	கருநாடக இசை	மோகனம்,
3.	இந்துத்தானி இசை	பூப், போபாலி
4.	ஐரோப்பியா இசை	C Major Pentatonic scale, Major pentatonic-I
5.	ஆப்பிரிக்க இசை	'Iwon marun'
6.	சீனா	Gong mode
7.	தென்கிழக்கு ஆசியா	Akha Khmer Pentatonic-I
8.	ஜப்பான்	Ryo
9.	கொரியா	Kyemyonjo
10.	பர்மா	Paksa bou Pale
11.	ஸ்காட்லாண்டு	Scottish pentatonic

மேலும் நமது ஆராய்ச்சி தொடர்ந்தால் முல்லைப்பாணி என்ற மோகனம் உலகெங்கும் ஆட்சி புரிவதை கண்டடையலாம். தேடல் தொடரும்.

ஆய்வுக்கு உதவிய நூல்கள்

1. தமிழிசைப் பேரகராதி (பண்களஞ்சியம்) - நா. மம்மது, 2016
2. Music scales of world - Michael Hewih
3. தமிழிசை வரலாறு - நா. மம்மது - 2012
4. என்றும் தமிழிசை - நா. மம்மது
5. தமிழிசைக் கலைக்களஞ்சியம், வீ.ப.கா. சுந்தரம்

வலைத்தளம்

https: //ianringa com/ musictheory / scales/ tractions

2. சிலம்பு கூறும் பண்
(ம. ஆயிசா மில்லத்)

குகையில் குழுவாக வாழ்ந்த போது வேட்டையாடியதில் இறைச்சி உணவு கிடைத்தால் அவன் அந்த மகிழ்ச்சியை உணவோடும் இசையோடும் கொண்டாடினான். அவனது நெருங்கிய உறவினை இயற்கை பேரிடராலோ அல்லது இன்னபிற காரணங்களாலோ இழந்தால் துயர்போக்க இசையே துணை நின்றது. இன்று வரை இன்ப துன்பங்களுக்கு மனிதன் இசையையே நாடுகிறான். அவனது ஆவினங்களை மேய்க்கும் போதும், செய்தி பரிமாற்றத்தின் போதும் இசையே உதவியது. மனிதன் மொழிகளின்றி ஒலிவடிவிலேயே கருத்து பரிமாறினான். அந்த கருத்துப் பரிமாற்றம் ஒரு நீட்டிசையாகவே இருந்தது. ஆக தனிமையோ, குழுவோ, கொண்டாட்டமோ, துக்கமோ இசையின்றி அமையாது அவன் உலகு.

நமது சக மனித இனமான 'நியாண்டர்தல்' (Neanderthal) இனம் நம்மை விடப் பலசாலிகள். ஆனால் அவர்களால் 'ஹோமோ சேப்பியனிடம்' (Homo Sapien), அதாவது நம்மிடம் போராடி

வெற்றிகொள்ள முடியவில்லை. 'சேப்பியன்' (Sapien) ஆசிரியர் யுவல்நோவா ஹராரி (Yoval Noah Harari) கூறுவதாவது: ஒன்று நியான்டர்தல் இனம் நம்மால் அழிக்கப்பட்டது அல்லது நம்மில் கலக்கப்பட்டது என இருவேறு கருத்தாக்கத்தை முன் வைக்கிறார். 'நியான்டர்தல்' அழிவிற்கு அவர்களுக்குள் கூட்டு வாழ்க்கை இல்லாததே காரணம் என்ற கருத்தும் நிலவுகிறது. கூட்டு வாழ்க்கைக்கு இசையும் கலையும் சேப்பியன்களுக்குப் பேருதவி புரிந்தன.

'இசைப்பாடலின் ஆதி வடிவான தாலாட்டு, கட்டுவிச்சியின் அகவல் பாடல்கள், சடங்குப்பாடல்கள் மற்றும் பண்டைய பாணர் பாட்டு போன்ற இசைப் பாடல்களிலிருந்தே புலவர் மரபு செய்யுளை ஆக்கிக் கொள்கிறது. இயல்பான ஓதுதல் (chant) போன்ற தாலாட்டிலும், நாட்டார் பாடல்களிலும் இசையின் மூன்று சுரம், நான்கு சுரங்களே பயின்று வருகின்றன. அவைகளைப் பண் என்று பெருமளவில் பாகுபடுத்தல் முடியாது. ஏனெனில் இசை இனிமை அவற்றில் குறைவு: பண்ணின் சாயலுடன் கூடிய அதன் தொன்மை வடிவு என்று கூறலாம்.

I. சிலப்பதிகாரத்தில் கையாளப்பட்ட பண் குறித்த சொற்கள்

ஏழு சுரப்பண்களை யாழ், பண், பெரும்பண், பாலை (கர்த்தா, மேளம், மேளகர்த்தா, சம்பூரணம், Heptatonic) என்றும், ஆறு சுரப்பண்களை பண்ணியல் (சாடவம், Hexatonic) என்றும், ஐந்து சுரப்பண்களைத் திறம், பாணி, குழல் (ஔடவம், Pentatonic) என்றும், நான்கு சுரப்பண்களைத் திறத்திறம் (சுராந்தரம், சதுர்த்தம், Quadruple) என்றும் நான்கு பிரிவாகப் பண் தொகைகளை வகைப்படுத்தியுள்ளனர்.

""I found cilapatikaram and its two commentaries a veritable treasure of information about music in general and PANS in particular" என்று முனைவர் எஸ். இராமனாதன் தன்னுடைய முனைவர்பட்ட ஆய்வேடான 'சிலப்பதிகார இசை' (Music in cilapathikaram) என்ற நூலில் பண் பற்றிக் குறிப்பிட்டுள்ளார். இனி நாம் சிலப்பதிகாரத்தில் கையாளப்பட்ட பண் குறித்த சொற்களையும், பண்களையும் பார்ப்போம்.

அட்டவணை 1: சுரம்

தமிழிசைச் சுரம்	சமஸ்கிருத சுரம்	இசைஒலி
குரல்	ஸட்ஜம்	ஸ
துத்தம்	ரிஷபம்	ரி
கைக்கிளை	காந்தாரம்	க
உழை	மத்தியமம்	ம
இளி	பஞ்சமம்	ப
விளரி	தைவதம்	த
தாரம்	நிஷாதம்	நி

பண் : 'நிறம்', 'வண்ணம்' மற்றும் 'இசை' என்ற சொற்கள் பண்ணைக் குறித்து சிலப்பதிகாரத்தில் கையாளப்பட்டுள்ளன.

'11,991 ஆகிய ஆதி இசைகள்...' (3:45 உரை)

"வண்ணப் பட்டடை யாழ்மேல் வைத்து" (3:63)

'நிறம் தோன்றப் பண்ணப்பட்டமை' (3:45 அரும்.)

''பண்ணே, பாணியே, தூக்கே, முடமே'' (3:46)

'பண்ணென்றது - நரப்படைவால் நிறந்தோன்றப் பண்ணப்படா நின்றபண்ணும், பண்ணியற்றிறமும், திறமும், திறத்திறமும்' - (3:46 அடியார்க்.)

இங்கே நிறம் என்பது பண்ணின் தன்மை மற்றும் இயல்பு.

<u>பண்கள் 103:</u> 'பண்கள் நூற்றுமூன்று' என்பது பல தமிழ் நூல்கள் வாயிலாக நாம் தெரிந்து கொள்ளலாம்.

103 பண்களாவன: பெரும்பண் - 16, பாலையாழ்த்திறம் - 20, மருதயாழ்த்திறம் - 16, குறிஞ்சி யாழ்த்திறம் - 32, செவ்வழி யாழ்த்திறம் - 16, தாரப்பண் திறம் - 1, பையுள் காஞ்சி - 1 மற்றும் படுமலை - 1 ஆக மொத்தம் 103 பண்கள்.

'பன்னிரு பாலையினுருத் தொண்ணூற்றொன்றும் பன்னிரண்டுமாய்ப் பண்கள் நூற்றுமூன்றாதற்குக் காரணமாம்' (3:72-78 அரும்.)

'இவ்வேழு பாலையினையும் முதலெடுத்து நூற்று மூன்று பண்ணும் பிறக்கும்' (8:35 அடியார்க்.)

'பண் நூற்று மூன்று' (13:110-12 அடியார்க்.)

<u>மூவேழு திறம்:</u> (பாலை ஒன்றிற்கு 21 திறப் பண்கள் உண்டு.) பண்ணியல் (6 சுரப்பண்) ஆறும், திறம் (5 சுரப்பண்) பதினைந்துமாக 21 திறப்பண்கள்.

'மூவேழு திறத்தையும் குற்றமின்றாக இசைத்துக் காட்டவல்ல...

பெரிய இசைக்காரர்..' (5:35-7 உரை)

'இசை ஏழுடன் பகுத்து: முவேழ்பெய்த ..' (3:45 அடியார்க்.)

'நால்வகையாழினும் பிறக்கும்...' மூவேழ்திறத்தையும்...'
(5:35-7 அடியார்க்.)

பண்ணும் கிளையும்: ஒரு பெரும்பண்ணினின்று (மேளகர்த்தா) பிறக்கும் சேய்பண்களைக் (ஜன்ய ராகம்) கிளை என்பது குறிக்கும். கிளை, வழித்திறம் என்ற சொற்கள் ஏழு சுரப்பண்ணின் கிளைப்பண்கள் அல்லது சேய்பண்களைக் குறிக்கும்.

"வழுவின்றி இசைத்து வழித்திறங் காட்டும்" (5:36)

"பண்ணும் கிளையும் பழித்த தீம்சொல்" (14:166)

'கிளை - பண்ணின் திறமுமாம்' - (14:166 அரும்.)

வந்தது வளர்த்தல்: வந்தது வளர்த்தல் என்பது இசை விரிவாக்கம் செய்தல் அல்லது விருத்தி அமைத்தலாகும்.

"வந்தது வளர்த்து வருவது ஒற்றி" (3:65)

'பாடுகின்ற பண் வரவுகளுக்குச் சுரம் குறைவுபடாமல் நிறுத்தி என்றவாறு' (3:65 அரும்.)

பண் வரவு: அந்தந்த பண்ணிற்கு உரித்தான சுரங்கள் பண் வரவு எனப்படும்.

'வந்தது வளர்த்தென்றது - பாடுகிற பண்வரவுகளுக்குச் சுரம் குறைவுபடான் நிறுத்தியென்க' (3:65 அடியார்க்.)

வருவது ஒற்றி: வருவது ஒற்றியென்பது அந்தப் பண்ணிற்கு அயலான சுரங்களை (பகைச்சுரங்களை) விலக்கி இசைத்தலே வருவது ஒற்றி.

'வருவது ஒற்றி என்றது - அந்தப்பண்ணுக்கு அயல் விரவாமல் நோக்கி என்றவாறு' - (3:65 அரும்)

'வருவதொற்றியென்றது - அந்தப்பண்ணுக்கு அயல் விரவாமல் நோக்கியென்க' - (3:65 அடியார்க்.)

<u>காலப்பண்:</u> ஆண்டின் ஆறு பெரும்பொழுதுகள் (கார், கூதிர், முன்பனி, பின்பனி, இளவேனில், முதுவேனில்), நாளின் ஆறு சிறுபொழுதுகள் (மாலை, யாமம்/இடையாமம், வைகறை, விடியல்/காலை, நண்பகல், எற்பாடு) என்ற காலங்களில் பாட வேண்டிய பண்கள். படுமலைப்பாலை (நடபயிரவி) யாமப்பண் என்றழைக்கப்படுகிறது

''நால்வகைச் சாதியும் நலம் பெற நோக்கி...'' (8:41-44)

'பிரிவின்கண் வேனிற்பாணி பாடநினைத்தாள்' (3:43-44 அரும்.)

''வேனல் பாணி கலந்தாண் மென் பூந்திருமுகத்தை'' (8: வெண்பா. (2))

''கிணைநிலைப் பொருநர் வைகறைப் பாணியும்'' (13:148)

<u>பண்ணீர்மை:</u> 'பண்ணின் அழகு, சுவை (இராகபாவம்), அழகியல்; பண்ணின் பதினோரு பாகுபாட்டில் ஒன்று' (த.பே:351)

'இசைப்புலவன் ஆளத்திவைத்த பண்ணீர்மையை முதலும் முறைமையும் முடிவும் நிறையும் குறையும் கிழமையும் வலிவும் மெலிவும் சமனும் வரையறையும் நீர்மையும் என்னும் பதினொறு பாகுபாட்டினானும்' (3:41-2 அரும்.)

பொருந்து இசை (**chords**): இசையில் ஒரு சில சுரங்கள் பொருந்தி, இனிய இசையாக உருவெடுப்பதால் அச்சுரங்களைப் பொருந்திசைச் சுரங்கள் என்கிறோம்.

"இணை கிளை பகை நட்பு என்றிந் நான்கின்

இசைபுணர் குறிநிலை எய்த நோக்கி" (8:33-34)

'இணை - "இணையெனப் படுவ கீழு மேலும், அணையத் தோன்றுமளவின வென்ப". கிளை - ஐந்து நரம்பு; பகை - ஆறும் மூன்றும்: நட்பு: நாலு நரம்பு ...' (8:33-34 அடியார்க்.)

'ஏழா நரம்பு இணை, நாலு நட்பாகும்; ஐந்து கிளை

ஆறும் மூன்றும் பகையே' (கல்லா. 100)1

'தொட்ட இராசிக்குமேல் நாலாவது நாலாவதாக வரும் சுரங்கள் நட்புச் சுரங்களாகும்' (கருணாமிர்த. பக், 663)

'வெம்பகை நரம்பின் என்கைச் செலுத்தியது' (மணி. 4.70)

அதாவது,

அட்டவணை 2: இணை கிளை பகை நட்புச் சுரங்கள்

ச	ரி¹	ரி²	க¹	க²	ம¹	ம²	ப	த¹	த²	நி¹	நி²
0	1	2	3	4	5	6	7				
(ச)		பகைச் சுரம்	நட்புச் சுரம்	கிளைச் சுரம்	பகைச் சுரம்	இணைச் சுரம்					
	0	1	2	3	4	5	6	7			
(ரி¹)			பகைச் சுரம்	நட்புச் சுரம்	கிளைச் சுரம்	பகைச் சுரம்	இணைச் சுரம்				

ஏழாம் நரம்பு - இணை

'ச' வுக்கு 'ப' இணைச்சுரம் (ரி1 - த1, ரி2 - த2...)

'ச' வுக்கு 'ம1' கிளைச்சுரம் (ரி1 - ம2, ரி2 - ப...)

'ச' வுக்கு 'க2' நட்புச்சுரம் (ரி1 - ம1, ரி2 - ம2...)

'ச' வுக்கு 'ம2' மற்றும் 'க1' பகைச்சுரங்கள் (ரி1 - ப, க2 , ரி2 - த1, ம1...)

இசையில் ஒரு குறிப்பிட்ட சுரத்துடன் சேர்ந்து இனிமைதருவது அதன் இணைச்சுரம், கிளைச்சுரம் மற்றும் நட்புச்சுரமுமேயாகும். இவைகளே பொருந்திசைச் சுரங்கள் எனப்படும்.

முதன்முதலில், '**தஞ்சை ஆபிரகாம் பண்டிதரே**' இணை, கிளை, நட்பு, பகை என்ற சுரங்களுக்கு சரியான விளக்கம் அளித்தார்.

''நுளையர் விளரி.. இளி கிளையிற்ம ஆவி கொள்வாழி மாலை'' (7: (48))

'இளி கிளையிற்கோடல்: நின்ற நரம்பிற்கு ஆறா நரம்பு பகை;' (7:48 அரும்.)

பண் (கண்ட) உருவாகும் முறை: நமது தமிழிசையில் இசைப் பாடல் வகைகளை தாலாட்டு முதல் ஒப்பாரி வரை நடவு முதல் அறுவடை வரை, களிப்பு முதல் துன்பம் வரை, வெறியாட்டு முதல் குளித்திப்பாடல் என்ற சாந்திப்பாட்டு வரை நமது தொன்மை இலக்கியப் பதிவுகளிலிருந்து அறிகிறோம். இவையே நாட்டார் இசையாக வலம் வந்தவை.

'பாணர் மரபு என்ற தொழில்முறை இசைக்கலைஞர்கள், தமிழர் இசைஉலகில் தோற்றம் கொள்கின்றனர். அதுவரை மக்கள் இசை

என்ற நாட்டார் மரபாகவே வளர்ந்த தமிழர் இசை பாணர்களால் செவ்வியல் இசையாகப் பயன் படுத்தப்படுகின்றது. தாளத்திற்கு முதன்மை தந்த நாட்டார் இசை, செவ்வியல் மரபானபோது பண் (இராகம்) முதன்மை பெறுகின்றது. தமிழர் இசை ''பண்ணிசை''யாக மாற்றம் பெற்று வளர்த்தெடுக்கப்படுகின்றது. நால்வகை நிலத்திற்கான நாற்பெரும்பண், ஏழ்பெரும்பாலை, 103 பண், 11,991 ஆதி இசைகள் எனப் பண்பெருக்கம் தமிழர் இசையில் உச்சநிலையை அடைகின்றது. பெரும்பண் (தாய்ப்பண்) என்றும், கிளைப்பண் (சேய்ப்பண்) என்றும் வகைப்படுத்துகின்றனர். தொல்காப்பியர் காலத்திற்கு முன்பிருந்தே இவ்விரு வகைப்பாடு தமிழர்தம் இசை வரலாற்றில் வழக்கிற்கு வந்துவிடுவதைப் பார்க்கிறோம்'. (பக். 49, நா. மம்மது, ஆதி இசையின் அதிர்வுகள்)

'நம் இசைமுறையானது, ஒன்றுக்கொன்று இணை, கிளை, நட்பு என்ற உறவுள்ள சுரங்களை ஒன்றன்பின் ஒன்றாக அடுக்கி அதனால் பிறக்கும் இராகம் அல்லது பண் எனும் மெய்மையை அடிப்படையாகக் கொண்டது. நம் நாட்டு இசை: இன்னிசை (Melody) என்பதை அடிப்டையாகக் கொண்டது (Melody is the arrangement of single notes in musically expressive succession)' (பக்.1. சிலப்பதிகாரத்து இசை நுணுக்க விளக்கம் - கு.இராமநாதன்)

பண் கண்ட முறைகள் பின்வருவன:

1. இணை முறை

2. கிளை முறை

3. பண்பெயர்ப்பு முறை

4. பெய்தல் முறை

5. கலப்பு முறை

6. மாறுநிரல் முறை

7. பிறழ்ச்சி முறை

(விரிவுக்குப் பார்க்க: பக். 46, 'தமிழர் பண் கண்ட முறை', ஆதி இசையின் அதிர்வுகள், நா.மம்மது)

பாயப்பாலை: பாலை (பெரும்பண்) உருவாகும் முறையான, பாயப்பாலை நான்கு. அவையாவன: ஆயப்பாலை, சதுரப்பாலை, திரிகோணப்பாலை, வட்டப்பாலை.

"குடமுதல் இடமுறையாக் குரல் வேண்டிய பெயரே" (17:(13))

'பாலை நான்குவகைப்படும்: ஆயப்பாலை, சதுரப்பாலை, திரிகோணப்பாலை, வட்டப்பாலையென' (17:(13) அடியார்க்.)

'ஆயஞ் சதுரந் திரிகோணம் வட்டமெனப், பாய நான்கும் பாலையாகும்' (17: (13) அடியார்க். மேற்.)

"ஈர் ஏழ் தொடுத்த செம்முறைக் கேள்வியின்

ஓர் ஏழ் பாலை நிறுத்தல் வேண்டி" (3:70-71)

'ஆயப்பாலையாய் நின்ற பதினாற் கோவை' (3:70-71 அடியார்க்.)

(மேலும் விரிவிற்குப் பார்க்க (த.க.க.131(1))

திரிகோணப்பாலை: ஒரு முக்கோணத்தைப் பன்னிரண்டு ஓரை (இராசி) களுக்குப் பன்னிரண்டு பிரிவாகப் பிரித்து, பன்னிருதான சுரங்களைக் குறிப்பிட்டு, அவற்றின் மூலம் பண் உருவாகும் முறையை விளக்குவது' (த.பே.281)

வட்டப்பாலை: வட்டத்தை 12 கோணமாகப் பிரித்து பன்னிரு ஓரைகளில் (இராசி) இசையின் 12 சுரத்தானங்களை நிறுத்தி, பாலை (பண்)களுக்குரிய ஏழு சுரங்களைத் தேர்ந்து அமைத்தல்.

'வட்டமென்பது வகுக்குங்காலை, ஒரேழ் தொடுத்த மண்டலமாகும்' (17:(13) அடியார்க். மேற்.)

'எதிரும் இராசி..... பன்னிரண்டு கோணத்தில் பன்னிரண்டு இராசிகளை நிறுத்தினால் இவற்றுள் நரம்புடன் இயல்வன ஏழென்பது உணர்த்துதல்நுதலிற்று' (17: (13) அடியார்க்.)

'வட்டப்பாலை வருமாறு: '...இப்படி ஏழு நரம்புகளையும் நிறுத்தி ம ஏழு பெண்களை ஏழு நரம்பாக்கி' (17:((13) அரும்.)

இடைநிலைப்பாலை: இசைச் சுர இடைவெளி (Music interval) வேறுபாட்டால் உருவாகும் பண்கள்.

''ஈரேழ் சகோடமும் இடைநிலைப் பாலையும்'' (10: கட். 14)

'இடைநிலைப்பாலை: ''கோடிவிளரிமேற்செம்பாலை'' முதலாயின' (10: கட். 14 அரும். மேற்.)

அகம், புறம், அருகு பெருகு : பண்கள் உருவாகும் முறை

''அகநிலை மருதமும் புறநிலை மருதமும்

அருகியன் மருதமும் பெருகியன் மருதமும்'' : (8:39-40)

தகவல்

வட்டப்பாலை : சீனர்களின் இசைமுறை தொன்மையானது. அவர்கள் 12 இராசி வீடுகளில் பண் சுரங்களை இணைத்து மன்னரின் நல்வாழ்வுக்காகப் பாடுவது மரபு. (த.க.க.85 (4)).

இளி குரலாக ஏழு நரம்பும் வாசித்தல் / இளிவாய்: 'தமிழிசையின் முதல் பாலை செம்பாலை' (அரிகாம்போதி). செம்பாலையின் இளியைக் (ப) குரலாக (ச) வைத்து பண்ணுப் பெயர்த்தால் கிடைப்பது கோடிப்பாலை (கரகரப்பிரியா). கோடிப்பாலை முதல் ஏனைய ஆறு பாலைகளையும் பண்ணுப் பெயர்த்து யாழில் வாசித்தாள் என்பது. (த.பே.: 79)

''குரல்வாய் இளிவாய்க் கேட்டனள்...'' (8:35)

அட்டவணை 3: இளி குரலாக ஏழு நரம்பும் வாசித்தல்

வ.எண்	சுரம் முறை	தொன்மைப்பண்	பண்ணின் இக்கால பெயர்
1	இளிகுரலாக	கோடிப்பாலை	கரகரப்பிரியா
2	விளரி குரலாக	விளரிப்பாலை	தோடி
3	தாரம் குரலாக	மேற்செம்பாலை	கல்யாணி
4	குரல் குரலாக	செம்பாலை	அரிகாம்போதி
5	துத்தம் குரலாக	படுமலைப்பாலை	நடபயிரவி
6	கைக்கிளை குரலாக	செவ்வழிப்பாலை	இருமத்திமத்தோடி
7	உழை குரலாக	அரும்பாலை	சங்கராபரணம்

இசைத் தொழில் எட்டு: பண்ணை உருவாக்கும் இசைத் (கிரியை) தொழில் எட்டு.

'கிரியைகள் எட்டாவன:- எடுத்தல் படுத்தல் நலிதல் கம்பிதம் குடிலம் ஒலி உருட்டு தாக்கு என இவை' (3:26 அடியார்க்.)

1. **ஏழன் முறை:** இணைமுறை / குரல் முறை / குரல்இளி முறை/

சட்ச பஞ்சமபாவம் / சட்சக் கிரமம் / பஞ்ச மகிரமம் / பஞ்சமபாவம் / இளி முறை / Circle of fifth.

12 சுரத் தான முறையில் 'குரல்' (ச) சுரத்தை விடுத்து ஏழாவதாக வரும் சுரம் 'இளி' (ப), இவ்வாறான குரல் இளி முறையில் சுரம் தொடுத்தலே இணை முறை. பன்னிருதான சுரங்களில் ஒரு சுரத்தை எடுத்துக்கொண்டு அதை விடுத்து, ஏழாவது சுரங்களாக இணை தொடுத்தால் ஒரு பாலை / பெரும்பண் / மேளகர்த்தா கிடைக்கும். இவ்வாறு பன்னிருதான சுரங்களால் பெரும்பாலைகள் வரும். சப, பரி2 என்ற இளி (பஞ்சமம்) சுரத்தொடர் (cycle / Progression / Succession of fifths). 'சரிகமபதநி என்ற இசையின் ஏழு சுரமுறையில் 'ப' ஐந்தாவதாக வருவதால் ஐரோப்பிய இசைமுறையில் 'Circle of Fifth' ஆகிறது'. (த.பே. 79)

''இணைகிளை பகைநட்பு என்றின்னான்கின்'' (8:33)

'' ஐந்தினும் ஏழினும்'' (8:36)

''குரல்வாய் இளிவாய்க் கேட்டனள்'' (8:35)

''குரல் இளி என்றிரு நரம்பின்'' (3:59)

இணைமுறை: (சட்சக்கிரமம், பஞ்சமபாவம்) என்ற ஏழன்முறை கூறுவது, வலமுறையில் தார (நி1) முதல் இணை (ஏழன்முறை) தொடுக்க முதலில் உழை (ம1) கிடைத்து அவ்வாறே 6 முறை தொடுக்கக் கிடைப்பது செம்பாலை (அரிகாம்போதி).

அட்டவணை 4: இணைமுறை/ஏழன்முறை

ச	ரி^{1}	ரி^{2}	க^{1}	க^{2}	ம^{1}	ம^{2}	ப	த^{1}	த^{2}	நி^{1}	நி^{2}	சுரம்
2	3	4	5	6	7					0	1	நி^{1}- ம^{1}
7					0	1	2	3	4	5	6	ம^{1} - ச
0	1	2	3	4	5	6	7					ச-ப
5	6	7					0	1	2	3	4	ப-ரி^{2}
		0	1	2	3	4	5	6	7			ரி^{2} -த^{2}
3	4	5	6	7					0	1	2	த^{2}-க2

நி^{1}-ம^{1}, ம1 -ச, ச-ப, ப-ரி^{2}, ரி^{2}, -த^{2}, த^{2}-க2→ **சரி2க2ம1பத2நி1** (தாரத்துள் உழை தோன்றுதல் - செம்பாலை (அரிகாம்போதி). வலமுறைத்திரிபில் தலைமையான பாலையாதலால் சிறப்பு கருதி செம்பாலைக்குப் பாலையாழ் என்று பெயர்.

கிளைமுறை

கிளைமுறை என்பது மத்திமபாவம் - இசையின் ஒரு சுரத்திலிருந்து 5-வது சுரம். அதாவது ப - ச, ச - ம1..... என்பது போன்று. பன்னிருதான சுரங்களில் ஒரு சுரத்தை எடுத்துக்கொண்டு அதை விடுத்து, ஐந்தாவது சுரமாக தொடுத்தால் ஒரு பாலை/ பெரும்பண்/மேளகர்த்தா கிடைக்கும். இவ்வாறு பன்னிருதான சுரங்களால் பெரும்பாலைகள் வரும். 'சரிகமபதநி என்ற இசையில் ஏழு சுரமுறையில் 'ம' நான்காவதாக வருவதால் ஐரோப்பிய இசைமுறையில் 'Circle of Fourth' ஆகிறது.

வலமுறையில் இளியை (ப) தொடக்க சுரமாகக் கொண்டு, கிளை முறையில் (5-வது சுரம்) (மத்திம பாவம்) 4 சுழற்சியில் 'சுத்ததன்யாசியும்' 5 சுழற்சியில் 'சிறீபின்னப் பஞ்சமமும்', 6 சுழற்சியில் 'தோடியும்' கிடைக்கின்றன.

<u>அட்டவணை 5: கிளைமுறை</u>

பன்னிருதன சுரங்கள்	ச	ரி^{1}	ரி^{2}	க^1	க^2	ம^1	ம^2	ப	த^1	த^2	நி^{1}	நி^{2}	சுரம்
1	5							0	1	2	3	4	ப- ச
2	0	1	2	3	4	5							ச- ம^1
3						0	1	2	3	4	5		ம^1-நி^{1}
4	2	3	4	5							0	1	நி^{1}- க^1
5				0	1	2	3	4	5				க^1- த^1
6	4	5							0	1	2	3	த^1- ரி^{1}

4 சுழற்சிகளில் - ச க1 ம1 ப நி1 - **'சுத்ததன்யாசி'** கிடைக்கும்.

5 சுழற்சியில் - ச க1 ம1 ப த1 நி1 - **'சிறீபின்னப் பஞ்சமம்'** கிடைக்கும்.

6 சுழற்சியில் - ச ரி1 க1 ம1 ப த1 நி1 - **விளிரிப்பாலை** - (தோடி) கிடைக்கும்.

விந்தைத் தகவல்

இணை முறையில் (வலமுறை) தாரத்தை (நி1) தொடக்க சுரமாகக் கொண்டு பண்ணாக்கம் செய்தால் கிடைப்பது செம்பாலை (அரிகாம்போதி).

கிளை முறையில் (இடமுறை) தாரத்தை (நி1) தொடக்க சுரமாகக் கொண்டு பண்ணாக்கம் செய்தால் கிடைப்பது **செம்பாலை (அரிகாம்போதி).**

இணை முறையில் (இடமுறை) தாரத்தை (நி2) தொடக்க சுரமாகக் கொண்டு பண்ணாக்கம் செய்தால் கிடைப்பது அரும்பாலை (சங்கராபரணம்).

கிளை முறையில் (வலமுறை) தாரத்தை (நி2) தொடக்க சுரமாகக் கொண்டு பண்ணாக்கம் செய்தால் கிடைப்பது அரும்பாலை (சங்கராபரணம்).

தலைமைப் பாலைக்கும் தார சுரத்திற்கும் உள்ள தொடர்பைக் கண்டறியவேண்டும்.

3. பண்பெயர்ப்பு முறை / **Modulation : (Tonic Shift / Clock-wise Rotation)** பண் பெயர்ப்பு, பாலை பண்ணல், பாலை பெயர்த்தல், மாறுமுதல் பண்ணல், பாலைதிரிபு, குரல் திரிபு, கிரக பேதம் என்பதெல்லாம் பண்பெயர்ப்பு முறையே.

''பாங்கினில் பாடியோர் பண்ணுப் பெயர்த்தாள்'' (7:(47)(4))

பண்ணுப் பெயர்த்தல் ஒரு பண்ணின் சுரங்களைக் கொண்டு புதிய பண்ணை உருவாக்குதல் பண்பெயர்ப்பு: இது இருவகைப்படும்;

1) வலமுறைத்திரிபு
2) இடமுறைத்திரிபு.

3.1 வலமுறைத்திரிபு/தொன்முறை இயற்கை/தொன்றுபடு முறை /வலமுறை /ஏறுநிரல் முறை:

வலமுறைத்திரிபு என்பது வலமுறையில் புதிய பண் உருவாக்கும் முறை. சிலப்பதிகார நடுகல்காதையில் பண்ணுப்பெயர்ப்பு முறையில் தமிழிசையின் முதல் பாலையான 'செம்பாலையின்' (அரிகாம்போதி) துத்த சுரத்தை (ரி2) குரலாகக் (ச) கொண்டு பண்ணுப் பெயர்த்தால் (வலமுறை), 'படுமலைப்பாலை' அதாவது இன்றைய 'நடபயிரவி' கிடைக்கும் என்பதை இளங்கோவடிகள் மிகநுட்பமாகப் பதிவு செய்திருக்கின்றார்.

"குரல்குரலாக வருமுறைப் பாலையில்

துத்தம் குரலாத் தொன்முறை இயற்கையின்

அம்தீம் குறிஞ்சி" (28:34-6)

"குழல் மேல் கோடி வலமுறை மெலிய" (3:91-92)

'குழலினிடத்து கோடிப்பாலை முதலியன வலமுறை மெலியவும்' (3:92 அரும்.)

'In the lute, the notes become lower and lower as they pass over to the left. It is just the opposite in the flute' (pg.109, V.R. Ramachandra Dikshitar, Cilappathikaram)

அட்டவணை 6: வலமுறைத்திரிபு (செம்பாலை (அரிகாம்போதி) - படுமலைப்பாலை (நடபயிரவி))

பன்னிருதானசுரங்கள்	ச	ரி^{1}	ரி^{2}	க^{1}	க^{2}	ம^{1}	ம^{2}	ப	த^{1}	த^{2}	நி^{1}	நி^{2}
செம்பாலை	ச		ரி^{2}		க^{2}	ம^{1}		ப		த^{2}	நி^{1}	
படுமலைப்பாலை (நடபயிரவி)	நி^{1}		ச		ரி^{2}	க^{1}		ம1		ப	த^{1}	

''எழுவர் இளங்கோதையார்... தொன்று படுமுறையா நிறுத்தி'' (17:((13))

'இதனை வலமுறை என்றாம்' (17: :(13) அடியார்க்.)

அட்டவணை 7: வலமுறைத்திரிபு - பண்பெயர்ப்பு முறையில் ஏழ்பெரும் பாலைகள்

பன்னிருதானசுரங்கள்	ச	ரி^{1}	ரி^{2}	க^{1}	க^{2}	ம^{1}	ம^{2}	ப	த^{1}	த^{2}	நி^{1}	நி^{2}
1. செம்பாலை	ச		ரி^{2}		க^{2}	ம^{1}		ப		த^{2}	நி^{1}	
2. படுமலைப்பாலை	நி^{1}		ச		ரி^{2}	க^{1}		ம^{1}		ப	த^{1}	
3. செவ்வழிப்பாலை	த^{1}		நி^{1}		ச	ரி^{1}		க^{1}		ம^{1}	ம^{2}	
4. அரும்பாலை	ப		த^{2}		நி^{2}	ச		ரி^{2}		க^{2}	ம^{1}	
5. கோடிப்பாலை	ம^{1}		ப		த^{2}	நி^{1}		ச		ரி^{2}	க^{1}	
6. விளரிப்பாலை	க^{1}		ம^{1}		ப	த^{1}		நி^{1}		ச	ரி^{1}	
7. மேற்செம்பாலை	ரி^{2}		க^{2}		ம^{2}	ப		த^{2}		நி^{2}	ச	

குரல்குரலாக	ச	ரி^{2}	க^{2}	ம^{1}	ப	த^{2}	நி^{1}	செம்பாலை (அரிகாம்போதி)
துத்தம் குரலாக	ச	ரி^{2}	க^{1}	ம^{1}	ப	த^{1}	நி^{1}	படுமலைப்பாலை (நடபயிரவி)
கைக்கிளை குரலாக	ச	ரி^{1}	க^{1}	ம^{1}	ம^{2}	த^{1}	நி^{1}	செவ்வழிப்பாலை (இருமத்திமத்தோடி)
உழை குரலாக	ச	ரி^{2}	க^{2}	ம^{1}	ப	த^{2}	நி^{2}	அரும்பாலை (சங்கராபரணம்)
இளி குரலாக	ச	ரி^{2}	க^{1}	ம^{1}	ப	த^{2}	நி^{1}	கோடிப்பாலை (கரகரப்பிரியா)
விளரி குரலாக	ச	ரி^{1}	க^{1}	ம^{1}	ப	த^{1}	நி^{1}	விளரிப்பாலை (தோடி)
தாரம் குரலாக	ச	ரி^{2}	க^{2}	ம^{2}	ப	த^{2}	நி^{2}	மேற்செம்பாலை (கல்யாணி)

''குரல் முதலாகவும் குரல் ஈறாகவும்'' (8:38)

'குரல் குரலாகவும் குரல் தாரமாகவும் வாசித்தாளென்றவாறு' (8:38 அரும்.)

''துத்தம் குரலாயது படுமலைப்பாலை'' (17: :(13)அடியார்க்.)

''காந்தள் மெல்விரல் கைக்கிளை சேர்குரல்

தீந்தொடைச் செவ்வழிப்பாலை'' (7:47)

இங்கு கைக்கிளை சேர்குரல் என்பது கைக்கிளை குரலாக, அதாவது செம்பாலையின் கைக்கிளையைக் (க2) குரலாக (ச) வைத்து பண்ணுப்பெயர்த்தால் கிடைக்கும் பண் செவ்வழிப்பாலையாகும்.

'கைக்கிளை குரலாயது செவ்வழிப்பாலை' - (17:(13) அடியார்க்.)

வலமுறைத்திரிபை 'தொன்றுபடுமுறை' மற்றும் 'தொன்முறை இயற்கை' என்பர். இம்முறையால் பண்களை உருவாக்குதல் மிகத் தொன்மைக்கால வழக்கமாக இருந்து வந்துள்ளது.

''தொன்றுபடு முறையால் நிறுத்தி'' (17:எடு.)

''தொன்முறை இயற்கையின்'' (28:34)

3.2 இடமுறைத்திரிபு (**Anti & Clockwise rotation**): இறங்கு நிரலில் பண்ணாக்கும் முறை. வலமுறைத்திரிபில் முதலாவது பண் 'செம்பாலை (அரிகாம்போதி)' (குரல்குரலாக வரும் பாலை). அதேபோல் இடமுறைத்திரிபில் முதல் பண் 'அரும்பாலை' என்கிற சங்கராபரணம். மேல்தான 'ச்' சுரம் முதலாக இடமுறைத்திரிபின் அடிப்படைப் பாலை அரும்பாலையாகும். எனவே அரும்பாலைக்குக் குரல் நரம்பு இரட்டித்த பெற்றித்து என்றார் அரும்பத உரைகாரர்.

'அரும்பாலைக்கு நரம்பு இரட்டித்த பெற்றி' (3:84 - 5 அரும்.)

குரல் இரட்டித்த பெற்றி : ஒரு தானத்தின் குரல் (ச) சுரத்தைப் போல அதன் மேல்தானத்து குரல் (ச்) இருமடங்கு துடிப்பு அளவு உடையது. இரட்டித்த அதிர்வு உடையது.

அட்டவணை 8: குரலின் ஒலி அலை துடிப்பு

சுரம்	ச̣	ச	ச்	ச¨
ஒலி அலைத் துடிப்பு	132	264	528	1056

(The pitch of "c' (ச)- 264 vib/sec or 264 Hz)' (த.பே 173)

இடமுறைத்திரிபில் குரல்குரலாக வரும் 'அரும்பாலை' முதலாகக் கிடைக்கும் பெரும்பாலைகள்:

"படுமலை, செவ்வழி, பகர் அரும்பாலை எனக்
குரல் குரலாகத் தற்கிழமை திரிந்த பின்" (3: 84-5)

'படுமலை செவ்வழி கைக்கிளை குரலாய்ப் படுமலைப் பாலையும், துத்தம் குரலாய்ச் செவ்வழிப்பாலையும், குரல்குரலாக அரும்பாலையும் ம.' (3: 84-5 உரை)

'இளி குரலாகிய மேற்செம்பாலையும்.

உழைகுரலாகச் செம்பாலை

தாரம் குரலாகக் கோடிப்பாலை

விளரிகுரலாக விளரிப்பாலை' (3:90 உரை)

"யாழ்மேல் பாலை இடமுறை மெலிய" (3:91)

'யாழினிடத்து அரும்பாலை முதலியன இடைமுறை மெலியவும்' (3:91 அரும்.)

"In the lute, the notes become lower and lower as they pass over to the left.' (pg.109, V.R. Ramachandra Dikshitar, Cilappathikaram)

அட்டவணை 9: இடமுறைத்திரிபு

சுரம் முறை	ரி^{1}	ரி^{2}	க^{1}	க^{2}	ம^{1}	ம^{2}	ப	த^{1}	த^{2}	நி^{1}	நி^{2}	ச்	தொன்மைப்பண்
குரல் குரலாக		ரி^{2}		க^{2}	ம^{1}		ப		த^{2}		நி^{2}	ச்	ச ரி2 க2 ம1 ப த2 நி2 அரும்பாலை (சங்கராபரணம்)
துத்தம் குரலாக		க^{1}		ம^{1}	ம^{2}		த^{1}		நி^{1}		ச	ரி^{1}	சரி1 க1 ம1 ம2 த1 நி1 செவ்வழிப்பாலை (இருமத்திமத்தோடி)
கைக் கிளை குரலாக		ம^{1}		ப	த^{1}		நி^{1}		ச		ரி^{2}	க^{1}	ச ரி2 க1 ம1 ப த1 நி1 படுமலைப்பாலை (நடபயிரவி)
உழை குரலாக		ப		த^{2}	நி^{1}		ச		ரி^{2}		க^{2}	ம^{1}	ச ரி2 க2 ம1 ப த2 நி1 செம்பாலை (அரிகாம்போதி)
இளி குரலாக		த^{2}		நி^{2}	ச		ரி^{2}		க^{2}		ம^{2}	ப	ச ரி2 க2 ம2 ப த2 நி2 மேற்செம்பாலை (கல்யாணி)
விளரி குரலாக		நி^{1}		ச	ரி^{1}		க^{1}		ம^{1}		ப	த^{1}	ச ரி1 க1 ம1 ப த1 நி1 விளரிப்பாலை (தோடி)
தாரம் குரலாக		ச		ரி^{2}	க^{1}		ம^{1}		ப		த^{2}	நி^{1}	ச ரி2 க1 ம1 ப த2 நி1 கோடிப்பாலை (கரகரப்பிரியா)

குரல் குரலாக 'அரும்பாலையில்' இடமுறைத்திரிபில் பண்ணுப் பெயர்ப்பு தொடங்கி தாரம் குரலாக 'கோடிப்பாலையில்' நிறைவு பெறுகிறது.

4. பெய்தல் முறை: **(Method of Substitution)**

ஒரு பண்ணின் ஒரு சுரத்தை மாற்றி அதே பண்ணின் பிரிதொரு இன சுரத்தை இட்டு (பெய்து) புதிய பண்ணை உருவாக்கும் முறை.

''இணைநரம்பு உடையன அணைவுறக் கொண்டாங்'' (3:90)

'உழை குரலாகச் செம்பாலைக்கு உழைபெய்தும்

கைக்கிளை குரலாகப் படுமலைக்குக் கைக்கிளை பெய்தும்

துத்தம் குரலாகச் செவ்வழிப்பாலைக்குத் துத்தம் பெய்தும்

தாரம் குரலாகக் கோடிப்பாலைக்குத் தாரம் பெய்தும்

விளரிகுரலாக விளரிப்பாலைக்கு விளரி பெய்தும் பாடப்படுமென்றவாறு' (3:90 அரும்.)

'செம்பாலைக்கு உழை பெய்தும்' - செம்பாலை (அரிக்காம்போதி) மெல்லுழைக்குப் (ம1) பதில் வல்லுழை (ம2) **- வாசஸ்பதி**

செம்பாலை (அரிகாம்போதி) (ச ரி2 க2 ம1 ப த2 நி1) - வாசஸ்பதி (ச ரி2 க2 ம2 ப த2 நி1)

'படுமலைக்குக் கைக்கிளை பெய்து' - படுமலைப்பாலை (நடபயிரவி) மென்கைக்கிளைக்கு (க1) பதில் வன்கைக்கிளை (க2) **- சாருகேசி**

படுமலைப்பாலை (நடபயிரவி) (ச ரி2 க1 ம1 ப த1 நி1) சாருகேசி (ச ரி2 க2 ம1 ப த1 நி1)

'செவ்வழிக்குத் துத்தம் பெய்து' - செவ்வழிப்பாலை (இருமத்திமத்தோடி) மென் துத்ததுக்கு (ரி1) பதில் வன்துத்தம் (ரி2) - நடஸ்ரீ

செவ்வழிப்பாலை (இருமத்திமத்தோடி) (ச ரி1 க1 ம1 ம2 த1 நி1) - **நடஸ்ரீ** ச ரி2 க1 ம1 ம2 த1 நி1

'கோடிப்பாலைக்குத் தாரம் பெய்து' - கோடிப்பாலை (கரகரப்பிரியா) மென்தாரத்துக்கு (நி1) பதில் வன்தாரம் (நி2) - கெளரி மனோகரி

கோடிப்பாலை (கரகரப்பிரியா) (ச ரி2 க1 ம1 ப த2 நி1) - **கெளரி மனோகரி** (ச ரி2 க1 ம1 ப த2 நி2)

'விளரிப்பாலைக்கு விளரி பெய்து' விளரிப்பாலை (தோடி) மென்விளரிக்குப் (த1) பதில் வன்விளரி (த2) - நாடகப்பிரியா

விளரிப்பாலை (தோடி) (ச ரி1 க1 ம1 ப த1 நி1) - **நாடகப்பிரியா** (ச ரி1 க1 ம2 ப த2 நி1 ச்)

சிலப்பதிகார காலத்திலேயே வாசஸ்பதி, சாருகேசி, நடஸ்ரீ, கௌரிமனோகரி, நாடகப்பிரியா ஆகிய பண்கள் புழக்கத்தில் இருந்துள்ளது இதன் மூலம் தெரியவருகின்றது.

உழை குரலாக	**செம்பாலை**	**உழை பெய்து**
கைக்கிளைகுரலாக	**படுமலைப்பாலை**	**கைக்கிளை பெய்து**
துத்தம் குரலாக	**செவ்வழிப்பாலை**	**துத்தம் பெய்து**
குரல் குரலாக	அரும்பாலை	(குரல்)
தாரம் குரலாக	**கோடிப்பாலை**	**தாரம் பெய்து**
விளரிகுரலாக	**விளரிப்பாலை**	**விளரி பெய்து**
இளி குரலாக	மேற்செம்பாலை	(இளி)

குறிப்பு

1.குரல் (ச) மற்றும் இளியை (ப) நாம் அணைவுற கொள்ள முடியாது. ச, ப, வுக்கு 'வன்மை' 'மென்மை' கிடையாது என்பதனால் 'அரும்பாலைக்கும்' 'மேற்செம்பாலைக்கும்' அரும்பத உரையில் பெய்தல் முறை கூறவில்லை.

2. 'ச ரி க ம ப த நி' என்ற ஏழு சுரத்தில் 'ரி க ம த நி' ஐந்து சுரங்களிலும் பெய்தல் முறையில் வேறு பண்களை பெறலாம். ஆனால் இங்கே இடமுறைத்திரிபில் அரும்பாலை

(சங்கராபரணம்)யிலிருந்து பண் பிறந்த சுரமே (உழை குரலாக-உழை பெய்து) 'பெய்தல்' முறைக்கும் எடுத்துக் கொள்ளப்பட்டிருக்கின்றது

தற்கிழமைதிரிதல்: 'தற்கிழமை திரிபு' என்பது வலமுறைத்திரிபு மற்றும் இடமுறைத்திரிபைக் குறிப்பதாகும். இடமுறைத்திரிபில் தலைமைப்பாலை அரும்பாலையாகும் (சங்கராபரணம்).

"குரல்குரலாக தற்கிழமை திரிந்தபின்" (3:85)

'கைக்கிளைகுரலாய்ப் படுமலைப்பாலையும், துத்தம்குரலாய்ச் செவ்வழிப்பாலையும்,

குரல்குரலாய் அரும்பாலையும் தற்கிழமை திரிந்தபினென்க' (3:85 அரும்.)

"குரல்குரலாகத் தற்கிழமை திரிந்தபின்" - என்பது இவ்வரியில் இடமுறைத்திரிபையே குறிக்கும்.

மாத்திரை குறைதல்: ஒரு பண்ணிற்குரிய மாத்திரையைக் குறைத்து இன்னொரு பண் ஆக்கிப் பாடுதல்.

'மாத்திரை குறைந்ததில் பண்ணைப் பாடுமேல் வைக்கண்' (8:43-44 அரும்.)

எடு : ச ரி2 க2 ப த2 ச் - முல்லைப் பாணி (மோகனம்)

ச ரி2 க1 ப த2 ச் - வைகறைப் பாணி (சிவரஞ்சனி)

ச ரி1 க1 ப த1 ச் - புறநீர்மை (பூபாளம்)

II. சிலப்பதிகாரத்தில் வரும் பாணி, பண்ணியல் மற்றும் பண்

திறத்திறம்: ''திறத்திறம் பகர்ந்து சேண் ஓங்கு இதணத்து'' (27:223)

'பண்ணியற்றிறமும், திறமும், திறத்திறமும்' (3:46 அரும்.)

பாணி/திறம்: ஐந்து சுரப்பண்: திறம்/ குழல்/ தீங்குழல்/ பாணி/ ஔடவம்/ Pentatonic என அழைக்கப்படுகிறது. திறப்பண், சேய்ப்பண், வழித்திறம், கிளைப்பண் (ஜன்யம்) என்றும், தாய்ப்பண்ணிலிருந்து கிளைக்கும் சிறுபண் (Derivative) என்றும் அழைக்கப்படுகிறது.

''திறத்து வழிப்படூஉம் தெள்ளிசைக் கரணத்து'' (8:43)

'திறப்பண் பாடுகின்ற ஏல்வை' (8:43 அரும்)

'திறங்களுக்குப் பிறப்பிடமாயுள்ள இச்சாதிப் பெரும்பண்' (8:43 அடியார்க்.)

திறம்-திறத்திறம் : ஔடவச் சதுர்த்தம் (5+4) ; ஏறு நிரலில் 5 சுரமாகவும் இறங்கு நிரலில் 4 சுரமாகவும் வரும் பண்.

திறம்-பண்ணியல்: ஔடவச் சாவடம் (5+6); ஏறு நிரலில் 5 சுரமாகவும் இறங்கு நிரலில் 6 சுரமாகவும் வரும் பண்.

திறம்-பண்; ஔடவச்சம்பூரணம் (5+7); ஏறு நிரலில் 5 சுரமாகவும் இறங்கு நிரலில் 7 சுரமாகவும் வரும் பண்.

பண்ணியல் திறம்: சாவட ஔடவம் (6+5): ஏறு நிரலில் 6 சுரமாகவும் இறங்கு நிரலில் 5 சுரமாகவும் வரும் பண்.

'பண்ணியற்றிறமும், திறமும், திறத்திறமும்' (3:46 அரும்.)

பண்: 7 சுரப்பண்கள்.

திணைப்பாணிகள் (5 சுரப்பண்கள்)

நம் முன்னோர்கள் அந்தந்தத் திணைகளுக்குரிய பண்களை செம்மையாக வகுத்துள்ளனர். சிலப்பதிகாரம் குறிப்பிடும் முல்லை, குறிஞ்சி, நெய்தல், பாலை, மருத நிலத்திற்குரிய பாணிகளை அதாவது திறப்பண்களை நாம் இங்கு காணலாம்.

1. முல்லைப்பாணி: மோகனம் (ச ரி2 க2 ப த2)

குழல்பாணி, முல்லைப்பாணி, முல்லைக்குழல், முல்லைத்தீம்பாணி, மாயோன்பாணி, ஆயன்குழல், சாதாரி, ரேகுப்தி என்று நம் இலக்கிய நெடும்பரப்பில் குறிப்பிடப்படும் பண், இன்றைய 'மோகனம்' என்று தெளிவாகத் தெரிகிறது. முல்லையாழின் (அரிகாம்போதி) சேய்ப்பண் முல்லைக்குழலான 'மோகன'மாகும். முல்லை நிலச்சிறுபண். 'குரல் மந்தமாக' என்று தொடங்கும் 'ஆய்ச்சியர் குரவை' வெண்பாவில் இப்பண்ணிற்குறிய 5 சுர நிரல்களை இளங்கோவடிகள் கூறியுள்ளார்.

''பாடுதும் முல்லைத்தீம்பாணி யென்றாள்'' (17:17)

''குரல் மந்தமாக. பாட்டு எடுப்பாள்'' (17:18)

(விரிவாகப் பார்க்க 'குரல் மந்தமாக' த.பே.180)

''முல்லையந் தீங்குழல் கேளாமோ தோழீ'' (17:21)

''கோவலர் ஊதும் குழலின் பாணியும்'' (27:241)

2. குறிஞ்சிபாணி: மத்யமாவதி (ச ரி2 ம1 ப நி1)

செந்திறம், துருத்தி, செந்து, செந்துருத்தி, செந்திசை, செருந்தி, செருந்து, செந்தி, செந்திருதி, மாதவி, மதுமாதவி, மத்யமாவதி,

வேலன்பாணி என்றெல்லாம் அழைக்கப்படுகிறது அக்கால குறிஞ்சிப் பாணி. குறிஞ்சி நிலத்துக் குறவரும், குறத்தியரும் பாடிய ஐந்துசுரப்பண் - குறிஞ்சிப்பாணி என்ற மத்யமாவதி.

"குறத்தியர் பாடிய குறிஞ்சிப் பாணியும்" (27:224)

'தோடி, காந்தாரம், செந்துருத்தி' (8:35 அடியார்க்)

3. நெய்தல் பாணி: இந்தோளம் (ச க1 ம1 த1 நி1)

பண்டைய தமிழ் இலக்கியங்கள் கூறும் நாற்பெரும் பண்களில் நெய்தல் பண் என்பது செவ்வழிப்பண். கிளைமுறையில் (மத்திமபாவத்தில்) சம, மநிம என்ற வரிசைப்படி 6 சுழற்சி செய்தால் செவ்வழிப்பாலை (இருமத்திமத்தோடி) கிடைக்கும். 4 சுழற்சி செய்தால் 'இந்தளப் பண்' கிடைக்கும். அதாவது சம1, ம1நி1, நி1க1, க1த1 என்று இன்றைய இந்தளப் பண் உருவாகும் முறையை தமிழர்கள் அன்றே அறிந்திருந்தனர்.

"காவிரியை நோக்கினவும் கடல் கானல் வரிப்பாணியும்" (7:கட். 19)

"கானல் பாணிக் கலந்தாய் காண்" (8:வெண். (2):4)

"கானல் பாணி கனக விசயர்தம்" (27:50)

'கானல் பாணி' என்றதனால் பண் இந்தளமாக இருக்கலாம்.

4. பாலைப்பாணி - சுத்தசாவேரி (ச ரி2ம1 ப த2):

கொன்றை, கொன்றைக்குழல், கொன்றையந்தீங்குழல், பழந்தக்கராகம், சுத்தசாவேரி என்றெல்லாம் இப்பண் அழைக்கப்படுகிறது. தமிழ்நாட்டில் நிரந்தர பாலை கிடையாது.

மழையின்றி வனப்பும் வளமும் இழந்து செழிப்பான முல்லை நிலமும், குறிஞ்சி நிலமும் தற்காலிகப் பாலைநிலமாகிறது. தமிழர்கள் பாலை நிலத்திற்குக் கண்ட பெரும்பண் 'அரும்பாலை' என்ற 'சங்கராபரணம்', சிறுபண் 'சுத்தசாவேரி'.

'கொன்றையந்தீங்குழல் கேளாமோ தோழீ'' (17:19)

5. மருதப்பாணி - **சுத்ததன்யாசி** (ச க1 ம1 ப நி1):

மருதப்பாணி, ஆம்பல், ஆம்பல் குழல், ஆம்பலந்தீங்குழல், வேனல்பாணி, வேனில்பாணி, காமரம், சீகாமரம், சுத்தன்யாசி. ஆம்பல் என்பது மருதநில நீர்நிலைகளிலுள்ள மலர்க்கொடி. அதன் பெயரால் நம் முன்னோர் ஆம்பலந்தீங்குழல் என்ற மருத நில தலையாய சிறுபண் ஒன்றைக் கண்டனர்.

''ஆம்பல் நாறும் தேம்பொதி நறு விரை'' (4:73)

'ஆம்பல் - பண்ணுமாம்' (4:72-6 அடியார்க்.)

''ஆம்பலந்தீங்குழல் கேளாமோ தோழீ'' (17:20)

மருதப்பாணியை வேனில்பாணி என்றுமழைப்பர், 'மருத நிலப்பெரும்பொழுது இளவேனில். வேனல் (வேனில்) பாணி என்பது மருதநிலத்துச்சிறு பண்ணிற்கான நிலத்தின் பெரும் பொழுதால் ஏற்பட்டபெயர்'. (த.பே. 469)

'வேனில்பாணி பாட நினைந்தாள்' (8:43 - 44 அரும்.)

''குரல்வாய் இளிவாய்க் கேட்டனள்'' (8:35)

'குரல்வாய் - குரல் குரலாகச் செம்பாலை (அரிகாம்போதி) பாடுகின்றாள். பின்பு இளிவாய் - செம்பாலையின் இளியை (ப) குரலாக கொண்டு பண்ணுப் பெயர்த்து கோடிப்பாலை

(கரகப்பிரியா) பாடுகின்றாள்: பின்பு அதன் வழித்திறமான வேனில்பாணி (சுத்ததன்யாசி) பாடுகின்றாள்:' (த.பே.469) (வாய் = முதல்: அதாவது முதல் சுரம்)

''வேனில்பாணி கலந்தாள்'' (8:வெண்பா-2)

'புறநீர்மை என்னும் திறத்தால் பள்ளி எழுச்சி பாட' (4-75-6 அடியார்க்.)

('புறநீர்மை', நேர்திறம் வைகறைப்பாணி என்றழைக்கப்படும் 'மருதப்பாணிளுள் ஒன்று சிவரஞ்சனி.) (த.பே.382)

''பாண் வாய் வண்டு நோதிறம் பாடக்

காண்வரு குவளைக் கண்மலர் விழிப்ப'' (4:75-6)

'குவளை மலரும் பொழுதான வைகறையில் நேர்திறம் பாடப்பட்டதால் வைகறைப் பாணியாயிற்று:' (த.பே.382)

''கிணை நிலைப்பொருநர் வைகறைப் பாணியும்'' (13:148)

'கிணைப் பறை' என்பது மருதநிலப்பறை. புறநீர்மை (வைகறைப்பாணி) மருதநிலப் பாணிகளுள் ஒன்று என்பதற்கு 'கிணை' ஒரு சான்றாகும்.

''கருநெடும் குவளையும் ஆம்பலும் கமலமும்

தையலும் கணவனும் தனித்து உறுதுயரம்

ஐயம் இன்றி அறிந்தன போலப்

பண்ணீர் வண்டு பரிந்து இனைந்து ஏங்கி'' (13:184-7)

'பண்ணீர்மையன்றிப் பண்ணீர் ரென்றமையால் திறம் பன்னிரண்டனுள் நோதிறமெனவுமாம்' (13:184-8 அடியார்க்.)

நோதிறம் - நொந்ததிறம்: ஆவது புறநீர்மை.

குறிப்பு: சிவரஞ்சனி தற்காலத்தில் இரங்கற்சுவை பண்ணாகக் கையாளப்படுகிறது. மேற்குறிப்பிட்ட வரிகளில் கண்ணகி கோவலனைப் பிரியப்போவது தெரிந்து, வருந்தி 'சிவரஞ்சனி'ப் பண் பாடியிருக்கலாம்.

பண்ணியல்: சாடவம், பண்ணியல்திறம் என்பர். வரிசையாக ஏறுநிரலிலும், இறங்குநிரலிலும் ஆறு சுரங்கள் கொண்ட பண் (Hexatonic).

எடு: சீரஞ்சனி.

'நரப்படைவால் பண்ணியல் திறமும்' (3:46 உரை)

'பண்ணியல்திறம் சாடவம்' (13:106 அடியார்க்.)

பண்: ஏழுசுரப்பண், யாழ், பெரும்பண், பாலை, கர்த்தா, மேளம், மேளகர்த்தா, தாய்ப்பண், சம்பூரணம், ஜனகராகம், Heptatonic, Generative என்றழைக்கப்படுகிறது. ஏறுநிரலிலும் இறங்குநிரலிலும் வரிசையாக ஏழு சுரங்கள் 'ச ரி க ம ப த நி' என்ற நிரல் மாறாது வரும்பண், பெரும்பண் ஆகும். 'தமிழிசைப் பெரும்பண்கள் 32-ம் இம்முறையில் அமைந்தவை' (த.பே. 474-475). நம் முன்னோர்கள் பண்ணை **'யாழ்'** என்றும் திறத்தை **'குழல்'** என்றும் குறிப்பிட்டுள்ளனர்.

''அரவவண்டினம் ஆர்த்துடன் யாழ் செய்யும்'' (12:(4))

''ஆம்பலந் தீங்குழல் கேளாமோ தோழீ'' (17:20)

ஏழ்பெரும்பாலை: ஏழ்பெரும்பண், பெரும்பாலை, பெரும்பண், பாலை ஏழு, இசை ஏழு, ஓரேழ்பாலை, ஏழு

சாதிப்பெரும்பண், ஏழு மூர்ச்சனைக்கார மேளம் என்றழைக்கப்படுகிறது. (ஏழிலைப்பாலை -ஏழு பிரிவுகளைக் கொண்ட இலைகளையுடைய பால் நிறைந்த ஒரு வகைத் தாவரம் - Alstonia Scholaris - முனைவர்.எஸ். இராமநாதன் - பக்.7. Music in Silappathikaram). தமிழிசையின் 32 பாலைகளில் (தாய்ப்பண்), 7 பாலைகள் சிறப்பான பெரும்பண்கள், பெரும் பாலைகள் என்று குறிப்பிடப்படுகின்றன. நடப்பிலுள்ள திறப்பண்களில் பல (சேய்ப்பண்கள்/ ஜன்யராகம்/ வழித்திறம்) இவ்வேழ்பெரும்பண்களிலிருந்தே பிறக்கின்றன. இணைமுறை (பஞ்சமபாவம்), கிளைமுறை, (மத்திமபாவம்) பண்பெயர்ப்பு ஆகிய முறைகளில் பெறப்படும் ஏழ்பெரும்பாலைகள் வரிசை மாறுவதில்லை.

ஏழ்பெரும்பாலைகள் :

1. செம்பாலை (அரிகாம்போதி)

2. படுமலைப்பாலை (நடபயிரவி)

3. செவ்வழிப்பாலை (இருமத்திமத்தோடி)

4. அரும்பாலை (சங்கராபரணம்)

5. கோடிப்பாலை (கரகரப்பிரியா)

6. விளரிப்பாலை (தோடி)

7. மேற்செம்பாலை (கல்யாணி)

"செம்பாலை படுமலை, செவ்வழி.. அரும்பாலை,

கோடி, விளரி, மேற்செம்பாலை" (3:81-88)

'குரல்குரலாயது செம்பாலை; துத்தம் குரலாயது படுமலைப்பாலை; கைக்கிளை குரலாயது செவ்வழிப்பாலை; உழை குரலாயது அரும்பாலை; இளி குரலாயது கோடிப்பாலை; விளரி குரலாயது விளரிப்பாலை; தாரம் குரலாயது மேற்செம்பாலை என வலமுறை ஏழுபாலையும் கண்டு கொள்க'. (17:13 அடியார்க்.)

'உயிருயிர் மெய்யள உரைத்த ஐம்பாலினும்

உடல்தமிழ்இயல்இசைஏழுடன்பகுத்து...'(3:45அடியார்க்.மேற்.)

''திறத்து வழிப்படூஉம்'' (8:43)

'திறங்கட்குப் பிறப்பிடமாயுள்ள இச்சாதிப் பெரும் பண்கள்...' (8:43 அடியார்க்.)

'இவ்வேழு பெரும் பாலையினையும்' (8:35 அடியார்க்.)

1. செம்பாலை (அரிகாம்போதி)/ முல்லையாழ்: ச ரி2 க2 ம1 ப த2 நி1

'மானிட நாகரிக வரலாற்றில் முதன்முதலில் நாகரிகம் தோன்றிய இடம் காடும், காடுசார்ந்த முல்லை நிலமும் என்று மானிட இயல் ஆய்வாளர்கள் கூறுகின்றனர். நிலத்திற்கு ஒரு பண் வகுத்த மரபு தமிழர்களுடையது' (பக்.17, தமிழிசை வரலாறு - நா.மம்மது). பாலைப்பண் என்பது செம்பாலை (அரிகாம்போதி): இது தமிழிசையின் தலைமைப் பாலையாதலால் சிறப்பு கருதி பாலைப்பண் - பாலையாழ் என்று இதனை அழைத்துள்ளனர் (த.பே.248). 'பாலையாழ்' எனும் யாழில் குரல் முதலிய ஏழு நரம்புகள் ஸ்தாயில் 1,3,5,6,8,10,11 ஆகிய இடங்களில்

நிற்றலையும், அந்தயாழில் அமைந்துள்ள குரலையே குரலாகக் கொண்டு வாசிக்க அது செம்பாலை எனும் பாலையாகும்' (பக்.31, டாக்டர்.எஸ்.இராமநாதன், சிலப்பதிகாரத்து இசைத்தமிழ்).

முல்லை, முல்லையாழ், முல்லைப்பண், பாலை, பாலையாழ், செம்பாலை, குலமுதல் பாலை, மங்கலப்பண், தொல் ஏழிசை, குரல், குரல்பாலை, குலமுதல் பாலை, குரல்ப்பண், குழல்ப்பண், தாண்டகப்பண், அரிகாம்போதி என்றெல்லாம் பெயர் பெற்ற பண் இது. ஆயர்தம் புல்லாங்குழலில் இசைத்த பண்ணாதலால் இதற்கு குழல்ப்பண் என்றொரு பெயருமுண்டு. 'இதன் சுரங்கள் சுத்த சுரங்கள் (Natural Notes). எனவே இப்பண் 'சுத்த சுரமேளம்' என்பது உறுதிப்படுகின்றது. ''குரல்குரலாயது செம்பாலை'' என்றதால் தொன்மைப் பண் (Primordial Scale) என்பது செம்பாலையேயாகும். இப்பண்ணில் மண் மணம் (Rustic odour) கமழ்வதை நாம் உணரலாம். இது தொன்மையானதொரு நாட்டார் இசை (Folk Melody)' (பக் 71, த.பே (ப.)).

''பாற்பட நின்ற பாலைபண்மேல்'' (3:149)

தொன்மை வாய்ந்த தமிழ்க்குலத்தின் முதல்பாலை செம்பாலை.

'...இது குலமுதல் பாலைத்திரி வெனக் கொள்க' (13:109 அடியார்க்.)

'தொல்ஏழிசை' என்றும் இதனை அழைப்பதுண்டு. தலைமையான பாலை என்பதால் தொல்ஏழிசை என்ற அடைமொழி.

'குரறுலை... தொல்லேழிசை நரம்பிற் காம்' (17:(13)8 : அரும். மேற்.)

''மீத்திறம் படாமை வக்காணம் வகுத்துப்

பாற்பட நின்ற பாலைப் பண்மேல்'' (3:148-9)

'மங்கலப் பண்ணாய் நரப்படைவுமுடைத்தாயிருக்கிற பாலைப்பண்ணை'... (3:148-9 அடியார்க்.)

இப்பண்ணிற்கு 'மங்கலப்பண்' என்ற பெயரும் உண்டு.

தகவல்: தற்காலத்தில் மங்கலப்பண்ணாக 'நாட்டை' மற்றும் 'அம்சத்துவனி' இசைக்கச்சேரிகளில் இசைக்கப்படுகிறது. ஆனால் இசை மற்றும் ஆடல் நிகழ்ச்சிகளில் செம்பாலையை (அரிகாம்போதி) மங்கலப்பண்ணாக பாடப்பட்ட தமிழர் மரபு சிலப்பதிகார காலத்திலேயே இருந்தது அரங்கேற்று காதையில் தெரிவிக்கபப்ட்டுள்ளது.

மேலை இசையில் 'C major &G - G Mode' என்றும், Mixolydian என்றும் இப்பண் பெயர் பெறுகின்றது. கிரேக்க இசையில்' ஃகிப்போ ஃபிரிட்சியன்' என்றழைக்கப்படுகிறது. இந்துத்தானி இசையில் '**கமாஜ் தாட்**'.

''குழல்வளர் முல்லையில்.'' (4:15)

'குழல்வளர் முல்லை... ஆயரூதும் குழலிலே எழுந்த முல்லைப் பண்ணையும்' (4:15-6அடிக்குறிப்பு)

எழுபதிற்கும் மேலான வழித்திறங்களை (கிளைப் பண்) செம்பாலை (அரிகாம்போதி) உருவாக்குகிறது. எனவே பண் அரசி (Queen of ragas) என்று இதனை அழைப்பதுண்டு; இப்பண் 'குரல்' 'குரல்பாலை' என்றும் அழைக்கப்படுகின்றது.

'குழலினும் யாழினும் குரல் முதல் ஏழும்' (5:35)

‘குரல்வாய் இளிவாய்க் கேட்டனள்’ (8:35)

குரல்பண் என்பது சுரவழிப் பெற்ற பெயர்.

‘‘குரல்வாய்ப் பாணரொடு’’ ... (5:200)

‘குரல் என்னும் இசையைப் பாடும்’ ... (5:200 அடியார்க்.)

‘‘குரல் முதலாகவும் குரல் ஈறாகவும்’’ (8:38)

இளங்கோவடிகள் ஆய்ச்சியர் குரவையில் ஏழு இளங்கோதையரை வலமுறையில் நிறுத்தி தமிழிசையின் முதல் பாலையான செம்பாலை (அரிகாம்போதி) வரும்முறையை - நரப்படைவு என்ற சுரநிரல்களுடன் வட்டப்பாலையாகக் கூறுகின்றார்.

‘‘ஆங்கு, தொழுவிடை... குரல், துத்தம்... தாரம்’’ (17:எடு.)

அட்டவணை 10: சுரங்களும் ஓரைகளும்

ச	ரி^{2}	க^{2}	ம^{2}	ப	த^{2}	நி^{2}
குரல்	துத்தம்	கைக்கிளை	உழை	இளி	விளரி	தாரம்
துலை	வில்	கும்பம்	மீனம்	ஏறு	கற்கடகம்	அரி
கோல்	தனுசு	கும்பம்	மீனம்	இடபம்	நண்டு	சிம்மம்

அட்டவணை 10-ல் காட்டியபடி மேற்கோள் பாடல் மூலம் அரும்பத உரைகாரர் அதை விளக்குகிறார்.

‘குரல் துலை, வில்துத்தம், கைக்கிளையே கும்பம் பரிய உழை

மீனம் -பாவாய் அரிதாரம், கொல்லேறு இளி, விளரி கற்கடகம் கோப்பமைந்த தொல் ஏழிசை நரம்பிற்காம்'. (17(எடு.) அரும். மேற்.)

(பார்க்க வட்டப்பாலை (த.பே.474-475))

இறங்குநிரலில் அரும்பாலையின் (சங்கராபரணம்) இரட்டித்த குரலைத் (மேல் 'ச' (ச்)) மெல் உழையைக் (ம1)) கொண்டு பண்ணுப்பெயர்க்கக் கிடைப்பது செம்பாலை (அரிகாம்போதி).

அட்டவணை 11: இடமுறைத் திரிபு அரும்பாலை (சங்கராபரணம்) - செம்பாலை (அரிகாம்போதி)

பன்னிருதானசுரங்கள்	ரி1	ரி2	க1	க2	ம1	ம2	ப	த1	த2	நி	நி2	ச்
அரும்பாலை (சங்கராபரணம்)		ரி2		க2	ம1		ப		த2		நி2	ச்
செம்பாலை (அரிகாம்போதி)		ப		த2	நி1		ச		ரி2		க2	ம1

செம்பாலை(அரிகாம்போதி): ச ரி2 க2 ம1 ப த2 நி1

'குரல்குரலாய செம்பாலை அருகியன் மருதமாகவும்' (8:40 அடியார்க்.)

தாரத்துள் தோன்றும் உழை - இணைமுறை என்ற ஏழன்முறை கூறுவது; வலமுறையில் தாரம் (நி1) முதல் இணை நரம்பு (சுரம்) (ஏழன் முறை) தொடுக்க கிடைப்பது செம்பாலை (அரிகாம்போதி).

அட்டவணை 12: ஏழன்முறை - வலமுறை - செம்பாலை
(அரிகாம்போதி)

சுழற்சி	ச	ரி¹	ரி²	க¹	க²	ம¹	ம²	ப	த¹	த²	நி¹	நி²	சுரம்
1	2	3	4	5	6	7					0	1	நி¹-ம¹
2	7					0	1	2	3	4	5	6	ம¹-ச
3	0	1	2	3	4	5	6	7					ச-ப
4	5	6	7					0	1	2	3	4	ப-ரி²
5			0	1	2	3	4	5	6	7			ரி²-த²
6	3	4	5	6	7					0	1	2	த²-க²

சுழற்சி 1 - நி1-ம1 - தாரத்தில் தோன்றும் உழை

சுழற்சி 2 - ம1-ச - உழையில் பிறக்கும் குரல்

சுழற்சி 3 - ச-ப - குரலுள் பிறக்கும் இளி

சுழற்சி 4 - ப-ரி2 - இளியுள் பிறக்கும் துத்தம்

சுழற்சி 5 - ரி2-த2 - துத்தத்துள் பிறக்கும் விளரி

சுழற்சி 6 - த2-க2 - விளரியுள் பிறக்கும் கைக்கிளை

ச ரி2 க2 ம1 ப த2 நி1 - செம்பாலை (அரிகாம்போதி)

சிந்திக்கச் சிறு துளிகள்

தொன்மையாகத் தோன்றிய பண் (Primordial Scale) இந்த செம்பாலையாக (அரிகாம்போதி) இருந்தால் ஏன் தாரத்திலிருந்து (நி1) (ஏழன்முறை) தொடங்கியிருக்கவேண்டும்? குரலிலிருந்து (ச) தான் முதலில் தொடங்கியிருக்க வேண்டும். அப்படி குரலிலிருந்து (ச) ஏழன்முறை தொடங்கினால் மேற்செம்பாலை (கல்யாணி) பண் கிடைக்கிறது. அப்படியானால்

> மேற்செம்பாலையே (கல்யாணி) 'குலமுதல் பாலையா?'. 'குரல்குரலாக செம்பாலை' என்பதிலிருந்து நாம் அதை 'தொன்மைப்பண்', 'குலமுதல் பாலை' என்று கூறினால் மேற்செம்பாலையை முதல் பண்ணாக வைத்து வலமுறைத்திரிபில் பண்ணுப் பெயர்த்தால் மேற்செம்பாலையும், 'குரல்குரலாயது என்பதும் மேற்செம்பாலையுமாகலாம்'.

'குரல் முதலாகவும்' - அருகியன் மருதம்: செம்பாலை (அரிகாம்போதி):

"குரல் முதல் ஆகவும், குரல் ஈறு ஆகவும்

அகநிலை மருதமும் புறநிலை மருதமும்

அருகியன் மருதமும் பெருகியன் மருதமும் ம." (8:38-40)

'குரல் முதலாகவும்' - அருகியன் மருதம்: செம்பாலை; 'முன் அணிந்த முறையே. குரல்குரலாய செம்பாலை அருகியன்மருதமாகவும்' (8:37-41 அடியார்க்.)

இங்கு 'முன் அணிந்த முறையே' என்பது, 'குரல் குரலாயது செம்பாலை' என்கிறார். எனவே 'குரல் முதலாகவும்' செம்பாலை அருகியன் மருதமாகும்.

"வம்புறுமரபில் செம்பாலை " (3:81)

"வம்புறு மரபிற் செம்பாலையாயது" - (விளக்கம், பக்.55, முனைவர் எஸ்.இராமநாதன், சிலப்பதிகாரத்து இசைத்தமிழ்).

2. படுமலைப்பாலை (நடபயிரவி): (ச ரி2 க1 ம1 ப த1 நி1 ச்)

குறிஞ்சி, குறிஞ்சியாழ், யாமம், யாமயாழ், கவ்வாணம், கொல்லி, கொல்லிக்கவ்வாணம், படுமலைப்பாலை (Melody of

Hilltract). பழந்தமிழ் இலக்கியங்களில் குறிஞ்சி எனக் குறிப்பிடப்படுவது படுமலைப்பாலையே. குறிஞ்சி நிலப்பெரும்பண், ஐரோப்பிய இசையில் 'C major A - A,' AEOLIAN' என்றும் கிரேக்க இசையில் 'ஃகிப்போடோரிக்' என்றும், இந்துத்தானி இசையில் 'அசாவேரி தாட்' என்றும் பெயர் பெருகின்றது. குறிஞ்சி, குறிஞ்சியாழ். படுமலைப்பாலை எனச் சங்கம் மற்றும் சிலப்பதிகார காலத்திலும் இப்பண் வழங்கி வந்துள்ளது. படுமலைப்பாலை என்ற இப்பெரும்பண் அனைத்துச் சுரப்பெயர்ப்புப் பண் (சர்வசுரமூர்ச்சனைக்கார மேளம்). 'குறிஞ்சி' மலையும் மலை சார்ந்தது; இந்நிலத்தின் பெரும்பண் படுமலைப்பாலை; 'மலைப்பாலை - ஒரு செடி - 'minusops' செ.ப.அ.பக் 318 அகராதி கூறுகின்றது. 'படுமலை' என்பது ஒரு வகைப் பாலை மரம் என்று சதாசிவம்பிள்ளை அகராதி குறிப்பிடுகின்றது' (பக்.68, நா. மம்மது, தொல்லிசைச் சுவடுகள்).

"குரல்குரலாக வருமுறைப் பாலையில்

துத்தம் குரலாத் தொன்முறை இயற்கையின்

அம்தீம் குறிஞ்சி அகவன் மகளிரின்" (28:33-5)

'அம்தீம்குறிஞ்சி என்பதனால் யாழும்' (சிலப். பதிக உரை அடியார்க்.)

இங்கு யாழ் என்பது 'குறிஞ்சி' நிலத்தின் ஏழுசுரப் பண்ணைக் குறிக்கும்.

"குறிஞ்சி பாடுமின் நறும்புகை எடுமின்" (24: உரை. 18)

"படுமலை செவ்வழி பகர் அரும்பாலை" (3:84)

‘குறிஞ்சிக்கு புறம் - செந்து: அருகு: மண்டிலம்: குறிஞ்சிக்கு பெருகு - அரி’ (14:160-67 அடியார்க்.)

(திணைக்கு அகம், புறம், அருகு, பெருகு பற்றி ஆராய்ந்துணர்க)

‘ஓரும் உழை தோன்றக் குறிஞ்சியாழ்’ (17: (13) அடியார்க்.)

‘செம்பாலை படுமலைப்பாலை எனப்பட்ட ஏழ்பாலையினையும்..’ (3:70-71 அடியார்க்.)

வலமுறைத்திரிபில் தலைமைப் பாலையான செம்பாலையின் (அரிகாம்போதி) துத்தத்தைக் (ரி2) குரலாக (ச) பண்ணுப் பெயர்த்தால் கிடைப்பது படுமலைப்பாலை (நடபயிரவி).

அட்டவணை 13: வலமுறைத்திரிபு (செம்பாலை (அரிகாம்போதி) - படுமலைப்பாலை (நடபயிரவி))

பன்னிருதானசுரங்கள்	ச	ரி^{1}	ரி^{2}	க^{1}	க^{2}	ம^{1}	ம^{2}	ப	த^{1}	த^{2}	நி^{1}	நி^{2}
செம்பாலை (அரிகாம்போதி)	ச		ரி^{2}		க^{2}	ம^{1}		ப		த^{2}	நி^{1}	
படுமலைப்பாலை (நடபயிரவி)	நி^{2}		ச		ரி^{2}	க^{1}		ம1		ப	த^{1}	

படுமலைப்பாலை (நடபயிரவி) : ச ரி2 க1 ம1 ப த1 நி1

‘துத்தம் குரலாயது படுமலைப்பாலை’ (17: (13) அடியார்க்.)

இடமுறைத்திரிபில் (Anticlockwise) அரும்பாலை (சங்கராபரணம்) இரட்டித்த குரலை (மேல் ச (ச்)) மென்

கைக்கிளையைக் (க1) கொண்டு பண்ணுப் பெயர்க்கக் கிடைப்பது படுமலைப்பாலையாகும்.

அட்டவணை 14: இடமுறைத்திரிபு (அரும்பாலை (சங்கராபரணம்) - படுமலைப்பாலை (நடபயிரவி)

பன்னிருதானசுரங்கள்	ரி^{1}	ரி^{2}	க^{1}	க^{2}	ம^{1}	ம^{2}	ப	த^{1}	த^{2}	நி	நி^{2}	ச்
அரும்பாலை (சங்கராபரணம்)		ரி^{2}		க^{2}	ம^{1}		ப		த^{2}		நி^{2}	ச்
படுமலைப்பாலை (நடபயிரவி)		ம^{1}		ப	த^{1}		நி^{1}		ச		ரி^{2}	க^{1}

படுமலைப்பாலை (நடபயிரவி): ச ரி2 க1 ம1 ப த1 நி1

'கைக்கிளை குரலாகப் படுமலை' (3:90 அரும்.)

மேற்செம்பாலை (கல்யாணி)யின் கைக்கிளையைக் (க2) குரலாகப் (ச) பண்ணுப் பெயர்த்தால் கிடைப்பது படுமலைப்பாலை (நடபயிரவி).

அட்டவணை 15: வலமுறைத்திரிபு - கைக்கிளை குரலாகப் படுமலை

பன்னிருதானசுரங்கள்	ச	ரி^{1}	ரி^{2}	க^{1}	க^{2}	ம^{1}	ம^{2}	ப	த^{1}	த^{2}	நி^{1}	நி^{2}
மேற்செம்பாலை (கல்யாணி)	ச		ரி^{2}		க^{2}		ம^{2}	ப		த^{2}		நி^{2}
படுமலைப்பாலை (நடபயிரவி)	த^{1}		நி^{1}		ச		ரி^{2}	க^{1}		ம^{1}		ப

படுமலைப்பாலை(நடபயிரவி): ச ரி2 க1 ம1 ப த1 நி1

3. செவ்வழிப்பாலை (ஈருழைப்பண் - இருமத்திமத்தோடி) : ச ரி1 க1 ம1 ம2 த1 நி1 ச்

ஏழ்பெரும்பாலைகளுள் மூன்றாவதாக வரும் பண் செவ்வழிப்பாலை. இப்பண் நெய்தல் நிலத்திற்கு உரித்தான பெரும்பண். இப்பண்ணுக்கு இளி(ப) இல்லாமல் ஈருழை (ம1, ம2) உள்ளதால் இப்பண் ஈருழைப்பண், இருமத்திமத்தோடி என்றழைக்கப்படுகிறது. விளரிப்பாலையில் இளிக்குப் (ப) பதிலாக வல்லுழையைச் (ம2) சேர்த்தால் கிடைப்பது செவ்வழிப்பண். செவ்வழிப்பண்ணை சில நூற்றாண்டுகள் பாடி பின்பு, தமிழர்கள் இப்பண்ணைப் பாடுவதை விட்டுவிட்டதாகக் கருதலாம் என முனைவர் கு. இராமநாதன் குறிப்பிடுகிறார். புழக்கத்தில் இல்லாத இப்பண்ணை மீட்டுருவாக்கம் செய்தவர் நம்மிடையே வாழும் **தமிழிசை அறிஞர் நா.மம்மது**. தனது நான்காண்டு பணியான ‘தமிழிசைப் பேரகராதி’ (பண் களஞ்சியத்தில்) ஒலி (குறுந்தகடு) வடிவிலும், புத்தக வாயிலாகவும் 100 பண்களை நம்மிடையே கொண்டு சேர்த்துள்ளார். சிலப்பதிகார காலத்தில் கூறப்பட்டுள்ள செவ்வழிப்பண்ணை ஒலி வடிவில் இந்த குறுந்தகட்டில் நாம் கேட்டு மகிழலாம்.

நெய்தல் நிலத்தின் உரிப்பொருள் இரங்கலும் இரங்கல் நிமித்தமும், கடற்கரையும், கடற்கரை சார்ந்த நிலத்தில் நிகழும் ‘கானல்வரி’யில் இதனை வெகு சிறப்பாக அடிகளார் பதிவு செய்துள்ளார். தமிழகத்தின் பண்டைய நால்வகை நிலத்திற்கும்

வகுக்கப்பட்ட பண்களில் ஒன்று என்ற பெருமை இப்பண்ணிற்கு உண்டு. இது ஒரு மாலை நேரப்பண் மற்றும் அவலச்சுவை மிக்கது.

இந்துத்தானி இசையில் இப்பண் 'லலித்' என்று பெயர் பெறுகிறது. இப்பண்ணை ஐரோப்பிய இசையில் 'HYPO PHRYGIAN' என்றும் கிரேக்க இசையில் 'மோரிக்' என்றும் அழைக்கின்றனர். 'HYPO PHRYGIAN என்ற ஆங்கிலப் பெயரானது இப்பண் நெய்தல் நிலப்பண் என்பதற்கான 'MARITIME MODE' சான்றாகிறது' (பக். 27, நா. மம்மது, தமிழிசை வரலாறு).

இப்பண்ணை 'கைக்கிளைப்பண்' என்றும் கூறுவர். ஏனென்றால் தமிழிசையின் முதற்பாலையான செம்பாலையின் கைக்கிளையை (க2) குரலாகப் (ச) பண்ணுப் பெயர்த்தால் செவ்வழிப்பாலை (இருமத்திமத்தோடி) கிடைக்கும்.

'கைக்கிளை குரலாயது செவ்வழிப்பாலை' (17: (13) அடியார்க்.)

அட்டவணை 16: வலமுறைத்திரிபு (செம்பாலை (அரிகாம்போதி) - செவ்வழிப்பாலை (இருமத்திமத்தோடி))

பன்னிருதானசுரங்கள்	ச	ரி¹	ரி²	க¹	க²	ம¹	ம²	ப	த¹	த²	நி¹	நி²
செம்பாலை (அரிகாம்போதி)	ச		ரி²		க²	ம¹		ப		த²	நி¹	
செவ்வழிப்பாலை (இருமத்திமத்தோடி)						த¹	நி¹	ச	ரி¹		க¹	ம¹ ம²

செவ்வழிப்பாலை (இருமத்திமத்தோடி): சரி1 க1 ம1 ம2 த1 நி1

இடமுறைத்திரிபு - இறங்குநிரலில் அரும்பாலையின் (சங்கராபரணம்) இரட்டித்த குரலைத் (மேல் ‘ச’ (ச்)) துத்தமாக (ரி1) வைத்துப் பண்ணுப் பெயர்த்தால் இப்பண் கிடைக்கும்.

‘துத்தம் குரலாக செவ்வழிப்பாலை’ (3:90 உரை)

அட்டவணை 17: இடமுறைத்திரிபு (அரும்பாலை (சங்கராபரணம்) - செவ்வழிப்பாலை (இருமத்திமத்தோடி))

பன்னிருதானசுரங்கள்	ரி^{1}	ரி^{2}	க^1	க^2	ம^1	ம^2	ப	த^1	த^2	நி	நி^{2}	ச்
அரும்பாலை (சங்கராபரணம்)		ரி^{2}		க^2	ம^1		ப		த^2		நி^{2}	ச்
செவ்வழிப்பாலை (இருமத்திமத்தோடி)		க^1		ம^1	ம^2		த^1		நி^{1}		ச	ரி^{1}

செவ்வழிப்பாலை (இருமத்திமத்தோடி): சரி1 க1 ம1 ம2 த1 நி1

சிலப்பதிகார ‘கானல் வரியில்’ இப்பண்ணை இளங்கோவடிகள் அமைத்துக்காட்டியிருப்பதை நாம் காணலாம்.

‘‘காந்தள் மெல்விரல் கைக்கிளை சேர்குரல்

தீந்தொடைச் செவ்வழிப்பாலை...’’ (7:47)

இங்கு ‘கைக்கிளை சேர்குரல்’ என்பது வலமுறைத்திரிபில் செம்பாலையிலிருந்து கிடைத்த ‘கைக்கிளை குரலாயது செவ்வழிப்பாலை’ என்பதனை உறுதிப்படுத்துகின்றது.

‘‘செவ்வழிப் பண்ணிற் சிறைவண் டரற்றும்’’ (11:88)

"திவவு மெய்ந் நிறுத்தி செவ்வழி பண்ணி" (மதுரைக்காஞ்சி: 604)

4. அரும்பாலை (சங்கராபரணம்): (ச ரி2 க2 ம1 ப த2 நி2)

பாலை நிலப் பெரும்பண், பாலையாழ், மருவின் பாலை, பஞ்சுரம், பழம் பஞ்சுரம், பழஞ்சுரம் என்றெல்லாம் அழைக்கப்பட்டுள்ளது இன்றைய சங்கராபரணம். தொல்காப்பியம் நால்வகை நிலத்தையே வகைப்படுத்துகிறது. இருப்பினும் மழை பெய்யாமல் வறண்ட நிலையில் குறிஞ்சியும் முல்லையும் தற்காலிகமாக பாலையாக மாறும்.

"முல்லையும் குறிஞ்சியும் முறைமையின் திரிந்து

நல்லியல்பு இழந்து நடுங்குதுயர் உறுத்துப்

பாலை என்பதோர் படிவம் கொள்ளும்" (11:64-6)

'அரும்' என்றால் 'மலை'. குறிஞ்சி தற்காலிகப் பாலையானதை அரும்பாலை குறிக்கிறது (Melody of the Baren tract).

> **சிந்திக்கச் சில துளிகள்**: குறிஞ்சி தற்காலிகமாக பாலையானதால் அரும்பாலை (சங்கராபரணம்): முல்லை பாலையானால் அதற்கும் ஒரு பெரும்பண் இருந்திருக்குமா?

பாலைநிலத்தின் வெப்பம் கருதி இப்பண் 'சுடுநிலப்பாலை' என்றும் அழைக்கப்படுகிறது. இந்துத்தானி இசையில் இப்பண் 'பிலாவல் தாட்' என்றழைக்கப்படுகிறது. இப்பண்ணே இந்துத்தானி இசையில் தலைமையான பண். ஐரோப்பிய இசையில் அரும்பாலை (சங்கராபரணம்) 'C. Major - C - C Mode' - Ionian ஐரோப்பிய இசையில் தலைமைப்பண் இதுவே. கிரேக்க இசையில் 'லைடிக்' என இப்பண் அழைக்கப்படுகிறது. இடமுறைத்திரிபில்

தலைமைப் பாலையாவதால் 'குரல் குரலாய அரும்பாலை'. எனவே இதுவும் செம்பாலையைப் போல் 'பாலை யாழ்' என்று பெயர் பெற்றுள்ளது.

'உழை குரலாயது அரும்பாலை'; தமிழிசையின் தலைமைப் பண்ணான செம்பாலையின் உழையைக் (ம1) குரலாகப் (ச) பண்ணுப் பெயர்த்தால் கிடைப்பது 'அரும்பாலை' என்ற சங்கராபரணம்.

'உழை குரலாயது அரும்பாலை' (17:(13) அடியார்க்.)

அட்டவணை 18: வலமுறைத்திரிபு (செம்பாலை (அரிகாம்போதி) - அரும்பாலை (சங்கராபரணம்))

பன்னிருதானகரங்கள்	ச	ரி^{1}	ரி^{2}	க^{1}	க^{2}	ம^{1}	ம^{2}	ப	த^{1}	த^{2}	நி^{1}	நி^{2}
செம்பாலை (அரிகாம்போதி)	ச		ரி^{2}		க^{2}	<u>ம</u>^{1}		ப		த^{2}	நி^{1}	
அரும்பாலை (சங்கராபரணம்)	ப		த^{2}		நி^{2}	<u>ச</u>		ரி^{2}		க^{2}	ம^{1}	

அரும்பாலை(சங்கராபரணம்): ச ரி2 க2 ம1 ப த2 நி2

இரட்டித்த குரலாகிய அரும்பாலை (சங்கராபரணம்), இடமுறைத்திரிபில் மேல்தாயிக்குரல் (ச்) முதல் இறங்குநிரலில் பண்ணுப் பெயர்க்கும் போது, தலைமைப்பாலையாக வருவது அரும்பாலையாகும். இடமுறைத்திரிபில் அடிப்படைப் பாலை அரும்பாலை.

‘‘...அரும்பாலை எனக் குரல் குரலாக’’ (3:84-5)

‘அரும்பாலைக்கு நரம்பு இரட்டித்த பெற்றித்தென்றவாறு’ (3:84-5 அரும்)

‘இணைமுறை’ என்ற ஏழன்முறையில், இடமுறையில் (இறங்குநிரலில்) தாரம் (நி2) முதல் இணை (ஏழன்முறை) தொடுக்க கிடைப்பது அரும்பாலையாகும்.

அட்டவணை 19: ஏழன் முறை - இடமுறை - அரும்பாலை(சங்கராபரணம்)

சுழற்சி	ரி^{1}	ரி^{2}	க^{1}	க^{2}	ம^{1}	ம^{2}	ப	த^{1}	த^{2}	நி^{1}	நி^{2}	ச	சுரம்
1				7	6	5	4	3	2	1	0		நி^{2}-க^{2}
2	3	2	1	0					7	6	5	4	க^{2}-த^{2}
3		7	6	5	4	3	2	1	0				த^{2}-ரி^{2}
4	1	0					7	6	5	4	3	2	ரி^{2}-ப
5	6	5	4	3	2	1	0					7	ப- ச
6					7	6	5	4	3	2	1	0	ச-ம^{1}

சுழற்சி 1 - நி2 - க2 - தாரத்தில் தோன்றும் கைக்கிளை

சுழற்சி 2 - க2 - த2 - கைக்கிளை விளரி பிறக்கும்

சுழற்சி 3 - த2 - ரி2 - விளரியில் துத்தம் பிறக்கும்

சுழற்சி 4 - ரி2 - ப - துத்தத்தில் இளி பிறக்கும்

சுழற்ச்சி 5 - ப - ச - இளியில் குரல் பிறக்கும்

சுழற்ச்சி 6 - ச - ம1 - குரலில் உழை பிறக்கும்

அரும்பாலை (சங்கராபரணம்) : ச ரி2 க2 ம1 ப த2 நி2

சிந்திக்கச் சில துளிகள் : 'செம்பாலை (அரிகாம்போதி)' வலமுறை ஏழன்முறையில் தொடக்கச் சுரமாக 'தாரம்' (நி1) உள்ளது (தாரத்தில் தோன்றும் உழை என்றது செம்பாலையைக் குறிக்கும்). அரும்பாலை (சங்கராபரணம்) இடமுறை ஏழன்முறை பண்ணாக்கத்திற்கும் தாரமே (நி2) தொடக்கச் சுரமாக உள்ளது. தலைமைப் பண்ணகளாக (செம்பாலை (அரிகாம்போதி), அரும்பாலை (சங்கராபரணம்)) இருந்ததால் ஏழன்முறையில் பண்ணாக்கும் பொழுது தற்செயலாக தாரம் தொடக்கச் சுரமாக அமைந்ததா? அல்லது தாரத்திற்கும் (நி) தலைமைப் பண்ணுக்கும் ஏதேனும் தொடர்பு உள்ளதா?

'இறுதி ஆதியாக'; பண்ணுப்பெயர்ப்பில் இடமுறைத்திரிபில் மேல்த்தான குரல் (ச்) முதல் சுரமாக வருவாதால் இறுதி ஆதியாக எனப்படும்.

''இறுதி ஆதியாக குரல் குரலாகத் தற்கிழமை திரிந்தபின்'' (3:82-85)

'குரல்குரலாய அரும்பாலையும்...' (மேலது உரை)

5. கோடிப்பாலை (கரகரப்பிரியா): ச ரி2 க1 ம1 ப த2 நி1 ச்

வேட்டையாடும் சமூகமாக இருந்த மனித இனம் விவசாயம் செய்ய ஆரம்பித்ததால் பெரும் மற்றம் கண்டது. ஆற்றங்கரை நாகரிகமே மானிட இனத்தின் வளர்ச்சிக்கு முதலானது. மருதம்

என்பது வயலும் வயல் சார்ந்த இடம். வேளாண்மையே அவர்களது தொழில். நீர்நிலைகள்தோறும் மருதமரம் பூத்துக் குலுங்கும். எனவே அந்த நிலத்திற்கும், நிலத்திற்கான பண்ணுக்கும் மருத நிலம் மற்றும் மருதப்பண் என்றே பெயர்கள் வழங்கிற்று. சங்ககாலத்தில் மருதம், மருதயாழ் என்றழைக்கப்பட்ட இப்பண் சிலப்பதிகார காலத்தில் கோடிப்பாலையாயிற்று. கொடிப்பாலை என்பது வெட்பாலை, கறிப்பாலை, மலைமல்லிகை, பாலொடு, (Green Wax Flower) என்ற ஒரு மரத்தைக் குறிக்கும். இதிலிருந்தும் இப்பாலைக்கு கொடிப்பாலை மற்றும் கோடிப்பாலை என்ற பெயர்கள் வந்திருக்கலாம். இது ஏழ்பெரும் பண்களில் 5 ஆவதாக வரும் பண். 'பண்டையத் தமிழர், ஒரு பண்ணின் 'பஞ்சமம்' என்ற 'இளி' நரம்பை ஆதார சுரமாக வைத்துப் பண்ணுப் பெயர்க்க எய்தும் புதிய பண்ணை நேர்பாலை என்றழைத்தனர். அரிகாம்போதியின் பஞ்சம மூர்ச்சனையான கோடிப்பாலைக்கு நேர்பாலை என்ற ஒரு சிறப்புப் பெயரும் உண்டு' - (பக். 33, தமிழிசை வரலாறு, நா.மம்மது). ஐரோப்பிய இசை முறையில் 'C Major D -D' என்றும் DORIAN என்றும் இப்பண் அழைக்கப்படுகிறது. கிரேக்க இசையில் 'ஃபிரிட்சியன்' என இப்பண் வழங்குகிறது.

இந்துத்தானி இசையில் இதை 'காப்பி தாட்' என்றழைக்கின்றனர். இப்பண்ணின் பூர்வாங்கம் உத்தராங்கம் ரி2க1 என்றும் த2நி1 அதாவது ஏறிய இறங்கிய சுரம் என இரு கோடிகளிலும் ஒத்து இருப்பதால் இதற்குக் கோடிப்பாலை என்று பெயர் வந்ததாக தனது தமிழிசைக் கலைக் களஞ்சியத்தில் முனைவர் வீ.ப.கா. சுந்தரம் குறிப்பிடுகிறார் (பக். 225, த.க.க.(2)). யாழ்நூல் 'விபுலானந்த அடிகளார்' இதை 'விகடகவி அமைப்பு'

என்கிறார். இப்பண் அரிகாம்போதியின் பஞ்சமப்பண்ணாகும். எனவே 'பண் பஞ்சமம்' என்றால் அது கரகரப்பிரியாவைக் குறிக்கும். கோடிப்பாலையைப் பண்ணுப் பெயர்க்க மற்ற ஆறு பெரும்பாலைகளும் கிடைக்கும். எனவே இப்பண் அனைத்துச்சுர பெயர்ப்புப்பண் (சர்வசுர மூர்ச்சனைக்கார மேளம்).

'கோடிப்பாலை ஏழுபாலையினையும்' (3:70-1 அடியார்க்.)

''கோடி விளரி மேற்செம்பாலையென'' (3:88)

''குழல்மேல் கோடி வலமுறை மெலிய'' (3:92)

'குழலினிடத்து கோடிப்பாலை முதலியன வலமுறை மெலியவும்' (3:92 அரும்.)

'...இளி குரலாக ஏழு நரம்பு வாசித்தாள்' (8:36 அரும்.)

'...இளி குரலாயது கோடிப்பாலை' (17: (13) அடியார்க்.)

தமிழிசையின் தலையாய பண் 'செம்பாலை (அரிகாம்போதி)'. வலமுறைத்திரிபு முறையில் செம்பாலையின் இளியை (ப) குரலாக (ச) வைத்துப் பண்ணுப் பெயர்த்தால் கிடைப்பது இந்தக் கோடிப்பாலை (கரகரப்பிரியா).

அட்டவணை 20: வலமுறைத்திரிபு (செம்பாலை (அரிகாம்போதி) - கோடிப்பாலை (கரகரப்பிரியா)

பன்னிருதானசுரங்கள்	ச	ரி^{1}	ரி^{2}	க^{1}	க^{2}	ம^{1}	ம^{2}	ப	த^{1}	த^{2}	நி^{1}	நி^{2}
செம்பாலை (அரிகாம்போதி)	ச		ரி^{2}		க^{2}	ம^{1}		ப		த^{2}	நி^{1}	
கோடிப்பாலை (கரகரப்பிரியா)	ம^{1}		ப		த^{2}	நி^{1}		ச		ரி^{2}	க^{1}	

கோடிப்பாலை (கரகரப்பிரியா) - ச ரி2 க1 ம1 ப த2 நி1

இடமுறைத்திரிபின் தலைமைப்பாலையான அரும்பாலையில் இரட்டித்த குரலைத் (மேல் ‘ச’ (ச்)) தாரமாகக் (நி1) கொண்டு (இறங்கு நிரலில்) பண்ணுப் பெயர்த்தால் கோடிப்பாலை கிடைக்கும்.

அட்டவணை 21: இடமுறைத்திரிபு (அரும்பாலை (சங்கராபரணம்) - கோடிப்பாலை (கரகரப்பிரியா))

பன்னிருதானசுரங்கள்	ரி1	ரி2	க1	க2	ம1	ம2	ப	த1	த2	நி1	நி2	ச்
அரும்பாலை (சங்கராபரணம்)		ரி2		க2	ம1		ப		த2		நி2	ச்
கோடிப்பாலை (கரகரப்பிரியா)		ச		ரி2	க1		ம1		ப		த2	நி1

கோடிப்பாலை (கரகரப்பிரியா) - ச ரி2 க1 ம1 ப த2 நி1

‘... தாரம் குரலாகக் கோடிப்பாலைக்குத் தாரம் பெய்தும்...’ (3:90 உரை)

இடமுறைத்திரிபில் குரலைத் (ச்) தாரமாகக் கொண்டு அரும்பாலையில் பண்ணுப்பெயர்க்க கோடிப்பாலை (கரகரப்பிரியா) கிடைக்கும். அதில் பெய்தல் முறையில் மென்தாரத்திற்குப் (நி1) பதில் வன்தாரம் (நி2) பெய்தால் ‘கௌரிமனோகரி’ பண் கிடைக்கும்.

கோடிப்பாலை (கரகரப்பிரியா) - ச ரி2 க1 ம1 ப த2 நி1

கௌரிமனோகரி - ச ரி2 க1 ம1 ப த2 நி2

''உழைமுதல் கைக்கிளை இறுவாய் கட்டி''(8:32)

'சகோட யாழை உழை குரலாகக் கைக்கிளை தாரமாகக் கட்டியென்க. ''தாரத்துட் டோன்று முழையுழை யுட்டோன்றும் ஒருங் குரல் குரலினுட்டோன்றிச் சேருமிளியுட் டோன்றுந் துத்தத்துட் டோன்றும் விளரியுட், கைக்கிளை தோன்றும் பிறப்பு'' என்பதனால், தாரத்தில் முதற்பிறப்பதாகிய உழைகுரலாய்க் கைக்கிளை தாரமாகிய கோடிப்பாலை முதற்பிறக்கக் கட்டியென்க' என்று அடியார்க்கு நல்லார் கூறுகிறார்'. தாரத்திலிருந்து 'செம்பாலை' பிறந்ததை கூறுகிறார். பின்பு குரலை உழையாகவும் தாரத்தை கைக்கிளையாகவும் கொண்டால் பிறப்பது 'கோடிப்பாலை' என்கிறார். (த.க.க.: 34(1))

செம்பாலையின் தாரத்திற்கு இணையாக உள்ள கைக்கிளையை ஆதார சுரமாகக் கொண்டு இணை தொடுத்தால் கிடைப்பது 'கோடிப்பாலை' என்னும் கரகரப்பிரியாவாகும்.

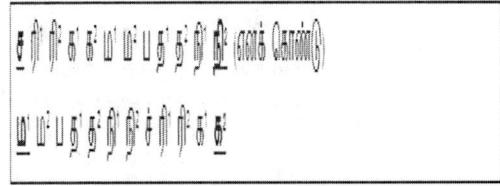

அட்டவணை 22: ஏழன்முறை - வலமுறை - கோடிப்பாலை (கரகரப்பிரியா)

ம^{1}	ம^{2}	ப	த^{1}	த^{2}	நி^{1}	நி^{2}	ச்	ரி^{1}	ரி^{2}	க^{1}	க^{2}	சுரம்
2	3	4	5	6	7					0	1	(க^{1}-நி^{1})
7					0	1	2	3	4	5	6	(நி^{1}-ம^{1})
0	1	2	3	4	5	6	7					(ம^{1}-ச)
5	6	7					0	1	2	3	4	(ச-ப)
		0	1	2	3	4	5	6	7			(ப-ரி^{2})
3	4	5	6	7					0	1	2	(ரி^{2}-த^{2})

கோடிப்பாலை (கரகரப்பிரியா) - ச ரி2 க1 ம1 ப த2 நி1

''உழை முதல் ஆகவும்'' (8:37)

இங்கு 'உழை முதல் ஆகவும்' என்பது கோடிப்பாலையாகும். சகோடயாழில் உழை முதலாவதாகவும் கைக்கிளை ஈறாகவுங் கொண்டு கிடைக்கும் பண் 'கோடிப்பாலை (கரகரப்பிரியா)'. இதுவே அகநிலை மருதமாகும்.

உழை முதல் ஆக - அகநிலை மருதம்:'உழை குரலாய கோடிப்பாலை' - இதன் விளக்க உரையாக முனைவர் எஸ். இராமநாதன் அவர்களின் 'சிலப்பதிகாரத்து இசைத்தமிழ்' நூலில் கூறியதாவது: இடமுறைத்திரிபில் படுமலைப்பாலையின் குரலை (ச) இளியாகப் (ப) பண்ணுப் பெயர்த்தால் கோடிப்பாலை (கரகரப்பிரியா) பிறக்கும் என்கிறார்.

'உழை குரலாய கோடிப்பாலை அகநிலை மருதமாகவும்' (8:37-41 அடியார்க்.)

'முன் அணிந்த முறையே', இங்கு முன் அணிந்த முறையே

(8:35) என்ற அடியின் உரையை நோக்கின் வட்டப்பாலை இடமுறைத்திரிபும், அதில் 'உழை குரலாக கோடிப்பாலை' என்று அடியார்க்குநல்லார் கூறுகிறார். எனவே அகநிலை மருதம் கோடிப்பாலை (கரகரப்பிரியா) .

அட்டவணை 23: இடமுறைத்திரிபு

பன்னிருதானசுரங்கள்	ரி^{1}	ரி^{2}	க^{1}	க^{2}	ம^{1}	ம^{2}	ப	த^{1}	த^{2}	நி^{1}	நி^{2}	ச்
படுமலைப்பாலை (நடபயிரவி)		ரி^{2}	க^{1}		ம^{1}		ப	த^{1}		நி^{1}		ச்
கோடிப்பாலை (கரகரப்பிரியா)		த^{2}	நி^{1}		ச		ரி^{2}	க^{1}		ம^{1}		ப

இங்கு படுமலைப்பாலையின் உழை (ம1) குரலாயது (ச) காடிப்பாலையாகும். எனவே உழைகுரலாயது கோடிப்பாலை (கரகரப்பிரியா); உழை முதலாக அகநிலை மருதம் கோடிப்பாலையாகும்.

விளரிப்பாலை (தோடி) : ச ரி1 க1 ம1ப த1 நி1 ச்

தமிழிசையின் பண்டைய ஏழ்பெரும் பாலைகளில் ஆறாவதாக வருவது இவ்விளரிப்பாலை. கடற்கரையும், கடற்கரை சார்ந்த நிலமுமான நெய்தலின் மற்றொரு பெரும்பண் விளரிப்பண்; இரங்கல் சுவைதரும் பண். இன்றைய தோடியே விளரிப் பண்ணாகும். கடல் சார்ந்த பண்ணான இதை ஐரோப்பிய இசையில் 'PHRYGIAN' என்றழைக்கின்றனர். 'C Major E - E' Mode என்று மேலை இசையில் தோடியை அழைப்பார்கள். கிரேக்க இசையில் 'மிக்சோலைடிக்' என்றழைக்கின்றனர். இந்துத்தானி இசையில்

விளரிப்பாலை (தோடி) 'பைரவி தாட்' என்று வழங்குகிறது. குரல் திரிபில், இப்பெரும்பண்ணின் துத்தம் (ரி) முதல் தாரம் (நி) முடிய முறையே மேற்செம்பாலை (கல்யாணி), செம்பாலை (அரிகாம்போதி), படுமலைப்பாலை (நடபயிரவி), செவ்வழிப்பாலை (இருமத்திமத்தோடி), அரும்பாலை (சங்கராபரணம்), கோடிப்பாலை (கரகரப்பிரியா) என்ற ஆறு பெரும்பண்களும் கிடைக்கும். எனவே தோடி அனைத்துச் சுரப் பெயர்ப்புப் பண் (சர்வசுரமூர்ச்சனைக்கார மேளம்). இப்பண் செம்பாலையின் (அரிகாம்போதி) தாரசுரப் பெயர்ப்புப்பண் (தைவத மூர்ச்சனை). நாட்டிய நிகழ்ச்சியில் தோடய மங்கலம் தோடிப்பண்ணில் பாடப்படுகிறது.

இதன் அனைத்துச் சுரங்களும் மென் சுரங்களாகவே இருப்பதால் இப்பண் இரங்கல் சுவையோடு உள்ளது.

"நுளையர் விளரி நொடிதரும் தீம்பாலை" (7: (48))

'விளரி இரங்கினார் பாடும் பண்ணாதலால்,

...நெய்தற்கு இரங்கலும் இரங்கல் நிமித்தமும் உரிப்பொருள், விளரி நொடி தரும்பாலை - விளரிப்பாலை' (7:48 அரும்.)

(நொடி= துன்பம்)

'விளரி குரலாயது விளரிப்பாலை' (17: (13) அடியார்க்.)

செம்பாலையின் விளரியைக் (த2) குரலாக (ச) வலமுறைத்திரிபில் பண்ணுப் பெயர்க்க எய்தும் பண் விளரிப்பாலை (தோடி).

அட்டவணை 24: வலமுறைத்திரிபு (செம்பாலை (அரிகாம்போதி) - விளரிப்பாலை (தோடி))

பன்னிருதானசுரங்கள்	ச	ரி^{1}	ரி^{2}	க^1	க^2	ம^1	ம^2	ப	த^1	த^2	நி^{1}	நி^{2}
செம்பாலை (அரிகாம்போதி)	ச		ரி^{2}		க^2	ம^1		ப		த^2	நி^{1}	
விளரிப்பாலை (தோடி)	க^1	ம^1		ப		த^1		நி^{1}			ச	ரி^{1}

விளரிப்பாலை (தோடி) : ச ரி1 க1 ம1 ப த1 நி1

சிந்திக்க: 'தாரம் குரலாயது மேற்செம்பாலை (கல்யாணி)' 'தாரப்பண்' எனப் பெயர் பெற்றது போல் 'விளரி குரலாயது' 'விளரிப்பாலை' எனப் பெயர் பெற்றிருக்கலாம்.

"நுளையர் விளரி நொடிதரும் தீம் பாலை

இளி கிளையிற் கொள்ள" (7:48)

கிளைமுறையில் (ஐந்தன் முறை) இளியை (ப) ஆதாரமாகக் கொண்டு பண்ணாக்கம் செய்தால் கிடைப்பது விளரிப்பாலை (தோடி).

அட்டவணை 25: வலமுறை - ஐந்தன் முறை

சுழற்சி	ச	ரி^{1}	ரி^{2}	க^1	க^2	ம^1	ம^2	ப	த^1	த^2	நி^{1}	நி^{2}	சுரம்
1	5							0	1	2	3	4	ப-ச
2	0	1	2	3	4	5							ச-ம^1
3						0	1	2	3	4	5		ம^1-நி^{1}
4	2	3	4	5							0	1	நி^{1}-க^1
5				0	1	2	3	4	5				க^1-த^1
6	4	5						0	1	2	3		த^1-ரி^{1}

விளரிப்பாலை (தோடி) : ச ரி1 க1 ம1 ப த1 நி1

இடமுறைத்திரிபில் தலைமைப்பாலையான அரும்பாலையின் மேல்தான குரல் (ச்) சுரத்தை மென் விளரியைக் (த1) கொண்டு பண்ணுப் பெயர்க்கக் கிடைப்பது விளப்பாலையெனும் தோடியாகும்.

அட்டவணை 26: இடமுறைத்திரிபு (அரும்பாலை (சங்கராபரணம்) - விளரிப்பாலை (தோடி)

பன்னிருதானசுரங்கள்	ரி¹	ரி²	க¹	க²	ம¹	ம²	ப	த¹	த²	நி¹	நி²	ச்
அரும்பாலை (சங்கராபரணம்)		ரி²		க²	ம¹		ப		த²		நி²	ச்
விளரிப்பாலை (தோடி)	நி¹		ச	ரி¹		க¹		ம¹		ப		த¹

...விளரிப்பாலை (தோடி) : ச ரி1 க1 ம1 ப த1 நி1

> **தகவல்:** வலமுறைத்திரிபு மற்றும் இடமுறைத்திரி விளரி குரலாயாது 'விளரிப்பாலை'.

பெய்தல் முறை: 'விளரி குரலாக விளரிப்பாலைக்கு விளரி பெய்தல்' - பெய்தல் முறையில் புதிய பண் உருவாக்குதல்.

'...விளரி குரலாக விளரிப் பாலைக்கு விளரி

பெய்தும்.' (3:90 உரை)

இங்கே விளரிப்பாலையின் மென்விளரிக்குப் (த1) பதில் வன்விளரி (த2) இட்டு நிரப்பினால் கிடைப்பது 'நாடகப்பிரியா' என்ற பண்: நாடகப்பிரியா - ச ரி1 க1 ம1 ப த2 நி1.

விளரிப்பாலை (தோடி) பெருகியன் மருதம்

‘குரல் ஈறாகவும்’ - விளரிப்பாலை பெருகியன் மருதம்

‘குரல் தாரமாய்த் தாரங்குரலாய விளரிப்பாலை பெருகியன் மருதம்’ (8:37-41 அடியார்க்.)

‘முன் அணிந்த முறையே... குரல்தாரமாய்த் தாரங்குரலாய விளரிப்பாலை பெருகியன் மருதமாகவும்.’ (8:37-41 அடியார்க்.)

இங்கு ‘முன் அணிந்த முறையே’ என்பது வரி எண் (8:35)-க்கு குரல்தாரமாய்த் தாரங்குரலாயது ‘விளரிப்பாலை (தோடி)’ என்கிறார்.

‘குரல்தாரமாய்த் தாரங்குரலாய விளரிப்பாலை’ - ‘குரல் தாரமாய்’ என்பது (இங்கு ‘குரல்’ என்பது செம்பாலையைக் குறிக்கும்) செம்பாலையின் தாரத்தை (நி1) குரலாக (ச) வைத்தால் கிடைப்து மேற்செம்பாலையாகும்.

அட்டவணை 27: வலமுறைத்திரிபு (செம்பாலை (அரிகாம்போதி) - மேற்செம்பாலை (கல்யாணி)

பன்னிருதானசுரங்கள்	ச	ரி^{1}	ரி^{2}	க^{1}	க^{2}	ம^{1}	ம^{2}	ப	த^{1}	த^{2}	நி^{1}	நி^{2}
செம்பாலை (அரிகாம்போதி)	ச		ரி^{2}		க^{2}	ம^{1}		ப		த^{2}	நி^{1}	
மேற்செம்பாலை (கல்யாணி)	ரி^{2}		க^{2}		ம^{2}	ப		த^{2}		நி^{2}	ச	

குரல் தாரமாய - செம்பாலையிலிருந்து (அரிகாம்போதி) மேற்செம்பாலை(கல்யாணி)

அட்டவணை 28: வலமுறைத்திரிபு (மேற்செம்பாலை (கல்யாணி) - விளரிப்பாலை (தோடி)

பன்னிருதானசுரங்கள்	ச	ரி¹	ரி²	க¹	க²	ம¹	ம²	ப	த¹	த²	நி¹	நி²
மேற்செம்பாலை (கல்யாணி)	ச		ரி²		க²		ம²	ப		த²		நி²
விளரிப்பாலை		ரி¹		க¹		ம¹		ப	த¹		நி¹	ச

தாரங் குரலாய - மேற்செம்பாலை (கல்யாணி)யிலிருந்து விளரிப்பாலை(தோடி)

மேற்செம்பாலையின் தாரத்தை (நி²) குரலாக (ச) வைத்தால் கிடைப்பது விளரிப்பாலையாகும். இன்னும் விரிவாகப் பார்ப்பின்,

அட்டவணை 29: வலமுறைத்திரிபு செம்பாலை (அரிகாம்போதி) - மேற்செம்பாலை (கல்யாணி) - விளரிப்பாலை (தோடி)

பன்னிருதானசுரங்கள்	ச	ரி¹	ரி²	க¹	க²	ம¹	ம²	ப	த¹	த²	நி¹	நி²
செம்பாலை (அரிகாம்போதி)	ச		ரி²		க²	ம¹		ப		த²	நி¹	
மேற்செம்பாலை (கல்யாணி)			ரி²		க²		ம²	ப		த²		நி² ச
விளரிப்பாலை (தோடி)				க¹		ம¹		ப	த¹		நி¹	ச ரி¹

எனவே 'குரல்தாரமாய்த் தாரங்குரலாய விளரிப்பாலை' என்பது 'பெருகியன் மருதம்' விளரிப்பாலை (தோடி) என்பது உறுதிப்படுகின்றது. 'குரல் ஈறாக' என்பது விளரிப்பாலையைக் குறிக்கும்.

7. மேற்செம்பாலை (கல்யாணி): ச ரி2 க2 ம2 ப த2 நி2 ச்

பண்டைய ஏழ்பெரும்பாலைகளில் இறுதியாக வரும் தாய்ப்பண், மேற்செம்பாலை என்ற கல்யாணி. தமிழ் இலக்கியங்களில் இப்பண் தாரப்பண், தழிஞ்சி, குரல்புணர் நழ்யாழ் (மதுரைக்.605), கல்யாணம், கலியாணம், கல்யாணி, கலியாணி, மேற்செம்பாலை என்றெல்லாம் வழங்கிற்று. 103 பண்களில் 101 வது பண் தாரப்பண்திறம். மருதநிலப்பண்ணாக கரகரப்பிரியா இடம் பெற்றிருந்தாலும், மேற்செம்பாலை (கல்யாணி) என்ற பெரும்பண்ணும் மருதநிலப் பண்ணாக உரிமை பெருகிறது.

'தாரம் குரலாயது மேற்செம்பாலை' (17: (13) அடியார்க்.)

செம்பாலையின் தார சுரத்தைக்கொண்டு பண்ணுப் பெயர்த்தால் மேற்செம்பாலை கிடைப்பதால் இதை 'தாரப்பண்' என்பர். செம்பாலையின் தார (நி1) சுரத்தை குரலாகக் (ச) கொண்டு பண்ணுப் பெயர்த்தால் (வலமுறைத்திரிபு) கிடைப்பது மேற்செம்பாலை (கல்யாணி).

அட்டவணை 30: வலமுறைத்திரிபு - செம்பாலை (அரிகாம்போதி) - மேற்செம்பாலை (கல்யாணி)

பன்னிருதானசுரங்கள்	ச	ரி^{1}	ரி^{2}	க^{1}	க^{2}	ம^{1}	ம^{2}	ப	த^{1}	த^{2}	நி^{1}	நி^{2}
செம்பாலை (அரிகாம்போதி)	ச		ரி^{2}		க^{2}	ம^{1}		ப		த^{2}	நி^{1}	
மேற்செம்பாலை (கல்யாணி)	ரி^{2}		க^{2}		ம^{2}	ப		த^{2}		நி^{2}	ச	

மேற்செம்பாலை (கல்யாணி) : ச ரி2 க2 ம2 ப த2 நி2

'தாரம் குரலான மேற்செம்பாலை என்னும் பண்ணை..' (8:24 அரும்.)

'மேற்செம்பாலை தாரமுதல் என்பது' (8:25 அரும்.)

இப்பண்ணின் அனைத்துச் சுரங்களும் தீவிர சுரங்கள் ; அனைத்துச்சுரங்களும் முடிவுச்சுரங்கள் (நியாச சுரங்கள்). எனவே அனைத்துச் சுரங்களையும் நின்று பாடி (Staying Note) நிறுத்துவதற்கும் இப்பண் இடமளிக்கிறது. வளமையான குரல்வளம் உள்ளவர்களால் இப்பண்ணை மிக இனிமையாகப் பாடமுடியும். பண்ணுப்பெயர்ப்பால் ஏனைய ஆறு பெரும் பாலைகளும் கிடைப்பதால், இப்பண் ஓர் அனைத்துச் சுரப் பெயர்ப்புப்பண் (சர்வசுர மூர்ச்சனைகார மேளம்). இப்பண் மேலை இசையில் 'C Major - F-F Mode', 'LYDIAN' என்றழைக்கப்படுகிறது. கிரேக்க இசையில் 'ஃகிப்போலைடிக்' எனப் பெயர் பெருகிறது. இந்துத்தானி இசையில் 'ஏமன் தாட்' என்பர்.

'தலையின தாரம் செய்யுந்தாரம்' தமிழிசையின் தலைமைப் பாலையான செம்பாலையின் (அரிகாம்போதி) தாரசுரத்தால் (நி1) பண்ணுப் பெயர்க்கக் கிடைப்பது தாரம் (தாரப்பண்) என்ற

மேற்செம்பாலை என்று இந்நூற்பாவிற்குப் பொருள் காண்பர் இசை ஞாயிறு வீ.ப.கா. சுந்தரம்.

‘தலையின தாரஞ் செய்யுந்தாரம்’ (8:25 அரும். மேற்.)

இங்கு இறுதியாக வரும் ‘தாரம்’, தாரப்பண்ணைக் குறிக்கும் என்பதை கீழ்க்கண்டவாறு அறியலாம்.

அட்டவணை 31: தலையின தாரம் செய்யுந்தாரம்

பன்னிருதானசுரங்கள்	ச	ரி^{1}	ரி^{2}	க^{1}	க^{2}	ம^{1}	ம^{2}	ப	த^{1}	த^{2}	நி^{1}	நி^{2}
செம்பாலை (அரிகாம்போதி)	ச		ரி^{2}		க^{2}	ம^{1}		ப		த^{2}	நி^{1}	
மேற்செம்பாலை (கல்யாணி)	ரி^{2}		க^{2}		ம^{2}	ப		த^{2}		நி^{2}	ச	

மேற்செம்பாலை (கல்யாணி) : ச ரி2 க2 ம2 ப த2 நி2

செம்பாலையின் தாரத்தால் (நி^{1}) பண்ணுப் பெயர்க்க மேற்செம்பாலை கிடைப்பதால் அதற்கு ‘தாரப்பண்’ என்று பெயர் - சுரத்தால் பெற்ற பெயர்.

‘மதுர கீதம் பாடினண் மயங்கி’ (8:24)

‘தாரங்குரலான மேற்செம்பாலை என்னும் பண்ணைக்

கண்டத்தால் பாடி...’ (8:24 அரும்.)

‘இரட்டித்த குரல்குரலாகிய அரும்பாலையும்

இளி குரலாகிய மேற்செம்பாலையும்’ (3:90 அடியார்க்.)

‘இளி குரலாகிய மேற்செம்பாலை’, இறங்கு நிரல் முறை என்ற இடமுறைத்திரிபில் தலைமைப் பண்ணான அரும்பாலையின்

(சங்கராபரணம்) குரலை (ச்) இளியாக (ப) வைத்துப் பண்ணுப் பெயர்த்தால் கிடைப்பது மேற்செம்பாலை (கல்யாணி).

அட்டவணை 32: இடமுறைத்திரிபு (அரும்பாலை (சங்கராபரணம்) - மேற்செம்பாலை (கல்யாணி))

பன்னிருதானசுரங்கள்	ரி^{1}	ரி^{2}	க^{1}	க^{2}	ம^{1}	ம^{2}	ப	த^{1}	த^{2}	நி^{1}	நி^{2}	ச்
அரும்பாலை (சங்கராபரணம்)		ரி^{2}		க^{2}	ம^{1}		ப		த^{2}		நி^{2}	ச்
மேற்செம்பாலை (கல்யாணி)		த^{2}		நி^{2}	ச		ரி^{2}		க^{2}		ம^{2}	ப

மேற்செம்பாலை (கல்யாணி) : ச ரி2 க2 ம2 ப த2 நி2

''குரல்வாய் இளிவாய்க் கேட்டனள்'' (சிலப் 8:35)

குரல் முதலாக இணை நரம்புகளைத் தொடுத்து மேற்செம்பாலையைத் தோற்றுவித்தாள். (த,கக;33(1))

ஏழன்முறையில் (வலமுறை) குரலை (ச) தொடக்க சுரமாகக் கொண்டு இணை தொடுக்க கிடைக்கும் பண் மேற்செம்பாலை (கல்யாணி): ச ரி2 க2 ம2 ப த2 நி2

அதாவது, ச(1) ரி1 ரி2(3) க1 க2(5) ம1 ம2(7) ப(2) த1 த2(4) நி1 நி2(6)

(இங்கு 1,2.3.. என்பது இணை தொடுப்பதில் அடுத்தடுத்து கிடைக்கும் சுரங்கள்).

''உழை ஈறாக'' - புறநிலை மருதமும்: மேற்செம்பாலை (கல்யாணி)

'முன் அணிந்தமுறையே உழைகுரலாய்க் கைக்கிளை குரலாய மேற்செம்பாலை புறநிலை மருதமாகவும்' (8:37-41 அடியார்க்.)

'உழை குரலாய்க் கைக்கிளை குரலாய மேற்செம்பாலை' என்பதற்கு முனைவர் எஸ். இராமநாதனின் 'சிலப்பதிகாரத்து இசைத்தமிழ்' என்ற நூலிலுள்ள விளக்க உரை காண்போம்:

'கைக்கிளை குரலாயது மேற்செம்பாலை' (8:35 அடியார்க்.)

இங்கு 'முன் அணிந்த முறையே' என்பது வரி எண் (8:35)-க்கு அடியார்க்குநல்லார் உரையில் கைக்கிளை குரலாயது மேற்செம்பாலை' என்கிறார். 'கோடிப்பாலை குரல் நிற்கும் மீனத்தில் (உழை (ம)) கைக்கிளையை வைக்க மேற்செம்பாலை பிறக்கும். இம்மேற்செம்பாலையே 'புறநிலை மருதம்' எனப்பட்டது' (8:37-41, Dr.S.Ramanathan).

அதாவது கோடிப்பாலையின் (கரகரப்பிரியா) யின் குரல் (ச) நிற்கும் மீனத்தில் (உழை (ம)) யை வைக்க கிடைக்கும் பண் படுமலைப்பாலையாகும் (இடமுறைத்திரிபில்). அந்த படுமலைப்பாலையின் மேல் தான குரலை (ச்) கைக்கிளையாகக் (க2) கொண்டால் கிடைக்கும் பண் மேற்செம்பாலையாகும்.

அட்டவணை 33: இடமுறைத்திரிபு: (கோடிப்பாலை (கரகரப்பிரியா) - படுமலைப்பாலை (நடபயிரவி) - மேற்செம்பாலை (கல்யாணி)

பன்னிருதானசுரங்கள்	ரி^{1}	ரி^{2}	க^1	க^2	ம^1	ம^2	ப	த^1	த^2	நி^{1}	நி^{2}	ச்
கோடிப்பாலை (கரகரப்பிரியா)		த^2	நி^{1}		ச		ரி^{2}	க^1		ம^1		ப
படுமலைப்பாலை (நடபயிரவி)		ரி^{2}	க^1		ம^1		ப	த^1		நி^{1}		ச்
மேற்செம்பாலை (கல்யாணி)		ம^2	ப		த^2		நி^{2}	ச		ரி^{2}		க^2

'உழை ஈறாகவும்' என்ற இடத்து "ஈறாகவும்" என்பது 'கைக்கிளை' ஆகும். "உழை முதல் கைக்கிளை இறுவாய்க் கட்டி' (8:32) என்பதனால் அக்கோவையில் ஈறு என்பது கைக்கிளையாயிற்று'. (8:37 Dr.S.Ramanathan)

'உழை குரலாயக் கைக்கிளை குரலாக மேற்செம்பாலை (கல்யாணி) புறநிலை மருதமாகவும்' - அதாவது 'உழை ஈறாக' மேற்செம்பாலை (கல்யாணி) புறநிலை மருதமாகும்.

"உழைமுதல் ஆகவும், உழை ஈறாகவும்
குரல் முதலாகவும், குரல் ஈறாகவும்
அகநிலை மருதமும் புறநிலை மருதமும்
அருகியன் மருதமும் பெருகியன் மருதமும்
நால்வகைச் சாதியும் நலம்பெற நோக்கி" (8:37-41)

'உழைகுரலாய கோடிப்பாலை - அகநிலைமருதம், உழைகுரலாயக் கைக்கிளை குரலாய - மேற்செம்பாலை-புறநிலைமருதம், குரல்குரலாய செம்பாலை - அருகியன் மருதம், குரல்தாரமாய்த் தாரங்குரலாய விளரிப்பாலை பெருகியன்மருதம்.' (8:39 அடியார்க்.)

எனவே,

'குரல் முதலாகவும்'- செம்பாலை (அரிகாம்போதி) - அருகியன் மருதம்

'குரல் ஈறாகவும்'- விளரிப்பாலை (தோடி) - பெருகியன் மருதம்

'உழை முதலாகவும்'- கோடிப்பாலை (கரகரப்பிரியா) - அகநிலை மருதம்

'உழை ஈறாகவும்' - மேற்செம்பாலை (கல்யாணி) - புறநிலை மருதம்.

III சிலப்பதிகாரத்தில் புழங்கப்பட்ட இன்னபிற பண்கள்

முன்னர் குறிப்பிட்ட பண்களைத் தவிர மேலும் சில பண்களும் சிலப்பதிகாரத்தில் குறிப்பிடப்பட்டுள்ளன.

காந்தார பஞ்சமம்: 'பாலைப்பண்ணின் திறம்' (4:72-6 அடியார்க்.)

"ஆசான் திறத்து" (13:112)

இப்பண் ஓதுவார் முறையில் 'கேதார கௌளை'யாகப் பாடப்படுகிறது. (த. பே. 38)

காந்தாரம்: 'இப்பண் பியந்தை, பியந்தைக்கந்தாரம், கந்தாரம், காந்தாரம், காந்தாரி, சாரல், செய்திறம் என்றெல்லாம் அழைக்கப்படுகின்றது. தேவாரம் 2:54-81, 7:71-75, காந்தாரப் பண்ணில் வகுக்கப்பட்டுள்ளன. பரிபாடல் 18-25 வரை காந்தாரப் பண்ணில் இசையமைக்கப்பட்டுள்ளன. (த பே.161)

"ஆசான் திறத்தின் அமைவரக் கேட்டு" (13:112)

'ஆசான் திறம் ... காந்தாரம்' (13:112 அரும்)

'ஆசான் என்னும் பண்ணியல் ... ஆசானுக்கு அகச்சாதி காந்தாரம்' (13:112 அடியார்க்.)

'காந்தாரபஞ்சமம் பாலைத் திறம்' (4:72-76 அடியார்க்.)

'ஆசான் சாதி நால்வகை: ஆசானுக்கு அகச்சாதி காந்தாரம், புறச்சாதி சிகண்டி, அருகுசாதி தசாக்கிரி, பெருகுசாதி சுத்தகாந்தாரம். (13:110-112 அடியார்க்.)

என அடியார்க்கு நல்லார் உரையில் காணலாம்.

"உழை முதல் யவரொடு" (சிலப் 13,109-113)

'செம்பாலையில் உழை முதலாகப் பண்ணுப் பெயர்க்கக் (வலமுறைத்திரிபு) கிடைப்பது அரும்பாலை (சங்கராபரணம்). இந்த அரும்பாலையின் பிறப்புக்கு உரிய நரம்பாகிய உழை முதல் இணை நரம்புகள் 5 தொடுத்தால் கிடைப்பது ஆசான் என்னும் பண்ணியல். (த.க.க.: 105(1))

அரும்பாலை (சங்கராபரணம்) : ச ரி2 க2 ம1 ப த2 நி2

ச(2) ரி1 ரி2(4) க1 க2(6) ம1 (1) ம2 ப (3) த1 த2 (5) நி1 நி2

ம1-ச, ச-ப, ப-ரி2, ரி2-த2, த2-க2

ஆசான் திறம் : ச ரி2 க2 ம1 ப த2 - பண் 'காயகரஞ்சனி' (பக்.171, து. ஆ. தனபாண்டியன், புதியராகங்கள்)

ஆசான் சாதி என்பதை 'அரசன் சாதி' என்று அடிக்குறிப்பில் உ.வே.சா. குறிப்பிட்டுள்ளார்.

சோமராகம்: பாலை யாழ்த்திறம் ஐந்தனுள் ஒன்று. பாலையாழ்த்திறத்தில் பிறக்கும் வேறு சில பண்கள்:

தக்கராகம், நோதிறம், காந்தாரபஞ்சமம், துக்கங்கழி.

'தக்கராகம்.. சோமராகம் பாலைத்திறமென்றார்...' (4:72-6 அடியார்க். மேற்.)

தக்கராகம்: பாலையாழ்த்திறம் ஐந்தில் ஒன்று.

'தக்கராகம்... பாலைத்திறமென்றார்' (4:72-6 அடியார்க். மேற்.)

பழந்தக்கராகம் - இன்றைய சுத்த சாவேரி; (இது அரும்பாலை (சங்கராபரணம்) யாழ்த்திறம்.)

நாகராகம்: செம்பாலை (அரிகாம்போதி)யுள் பிறக்கும் பண்களில் ஒன்று நாகராகம். செம்பாலையுள் பிறக்கும் வேறு சில பண்கள்: **பாலையாழ், ஆகிரி, தோடி, கௌடி, காந்தாரம், செந்துருத்தி, உதயகிரி.**

'பாலையாழ், நாகராகம்... உதயகிரி...' (8:35 அடியார்க்.)

'பாலைக்கு பெருகு. நாகராகம்' (14:160-67 அடியார்க்.)

உதயகிரி: முல்லை யாழ்த்திறத்துள் ஒன்று.

'செம்பாலையுள் பிறக்கும் பண்கள்: பாலையாழ் கௌடி. உதயகிரி' (8:35 அடியார்க்)

குறிஞ்சிக்குப் புறம், அருகு பெருகு:

'குறிஞ்சிக்குப் புறம் - செந்து; அருகு - மண்டிலம்; பெருகு - அரி' (14:160-67 அடியார்க்.)

மருதத்துக்குப் புறம், அருகு பெருகு:

'மருதத்துக்குப் புறம் - ஆகரி; அருகு - சாயவேளர்கொல்லி; பெருகு - கின்னரம்' (14:160-67 அடியார்க்.)

பாலைக்கு புறம், அருகு, பெருகு:

'பாலைக்கு புறம் - தேவாளி; அருகு - சீர்கோடிகம்; பெருகு - நாகராகம்' - (14:160-67 அடியார்க்.)

செவ்வழிக்குப் புறம், அருகு பெருகு:

'செவ்வழிக்குப் புறம் - வேளாவளி; அருகு - சீராகம்; பெருகு - சந்தி' (14:160 -67 அடியார்க்.)

சிந்திக்க சில துளிகள்: குறிஞ்சி, மருதம், பாலை, செவ்வழிக்கு 'அகம்' கூறாததால் அந்தந்தப் பண்களே அதன் அகமாக இருக்கலாம்.

முடிவுரை

'தென்னக இசையியலினுடைய சிறப்புத் தன்மைகளுள் ஒன்றான இராக முறைக்கு முன்னோடியாக திகழ்வது தமிழிசையின் பண்களே. திருஞானசம்பந்தர், திருநாவுக்கரசர், சுந்தரர் ஆகிய தேவார மூவர் இயற்றிய பதிகங்கள் பாடப்பட்ட காலத்தில் இந்தியா முழுவதும் ஒரே வகையான இசைதான் இருந்தது. ஆகவே இந்திய இசைக்கு அடிப்படையாக - ஆதி இலக்கியமாக இருப்பது தமிழிசைப் பண்களே என்று கூறலாம்' (பக்.48, முனைவர் இ. அங்கயற்கண்ணி, பண்ணும் இலயமும்). சிலப்பதிகாரம் பதிவு செய்த பண்களே நமது தமிழிசை முறைமை தொன்றுதொட்டு செவ்வியல் இசையாக பன்னெடுங்காலத்திற்கு முன்பே வழங்கி வந்ததற்கு சான்று. இக்கட்டுரையில் சிலப்பதிகாரத்தில் கூறப்பட்டுள்ள பண்களே ஆய்வுக்கு எடுத்துக்கொள்ளப்பட்டுள்ளன. தமிழிசை குறித்து பண்கள் தவிர மேலும் பல தரவுகள் ஏராளமாக சிலப்பதிகாரத்தில் காணக் கிடைக்கும். நமது தமிழிலக்கிய நெடும்பரப்பில் தேடினால் தமிழர் இசைமுறை, பண்ணாக்க முறை, கையாளப்பட்ட பண்கள் குறித்த தகவல்கள் மிகுதியாகக் கிடைக்கலாம். அதனை தேடிக்

கண்டடைந்து பதிவு செய்வதே தமிழிசைக்கு நாம் செய்யும் தொண்டு.

சுருக்கக் குறியீட்டு விளக்கம்

1. அரும்.- அரும்பதவுரை
2. அடியார்க். - அடியார்க்குநல்லார் உரை
3. அடியார்க். மேற். - அடியார்க்குநல்லார் உரையில் மேற்கோள்
4. உரை. - அரும்பதவுரை, அடியார்க்குநல்லார் உரை
5. த.பே. - தமிழிசைப் பேரகராதி (சொற்களஞ்சியம்)
6. த.க.க. - தமிழிசைக் கலைக்களஞ்சியம்
7. கல்லா. - கல்லாடம்
8. கருணாமிர்த. - கருணாமிர்த சாகரம்
9. மணி. - மணிமேகலை

ஆய்வுக்கு உதவிய நூல்கள்

1. சிலப்பதிகாரம் - உ.வே.சா. பதிப்பு
2. Sapiens: A Brief History of Humankind, Yuval Noah Harari, 2015
3. V.R. Ramachandra Dikshitar, Cilappathikaram, 1997
4. தமிழிசைப் பேரகராதி (சொற்களஞ்சியம்) - நா. மம்மது - 2010
5. ஆதி இசையின் அதிர்வுகள் - நா. மம்மது - 2011

6. சிலப்பதிகாரத்து இசைத்தமிழ் - முனைவர் . எஸ். இராமநாதன் - 1981

7. தமிழிசைக் கலைக்களஞ்சியம், வீ ப கா சுந்தரம்

8. தமிழிசை வரலாறு - நா. மம்மது - 2012

9. பண்ணும் இலயமும், முனைவர் இ. அங்கயற் கண்ணி - 2010

10. புதிய ராகங்கள், து. ஆ. தனபாண்டியன், தமிழ்ப் பல்கலைக்கழகம் தஞ்சாவூர், 1985

11. தமிழிசைக்களஞ்சியம் கருணாமிர்த சாகரத்திரட்டு--ஆபிரகாம் பண்டிதர் --இசை நூல் - 1907

12. மணிமேகலை - உ.வே.சா. பதிப்பு

வலைத்தளம்

1. <https://archive.org/stream/dli.jZY9lup2kZl6 TuXGlZ QdjZM 8l0ly. TVA_ BOK_0007577 பாணர் கைவழி எனப்படும் யாழ்நூல் djvu.txt

3. வைணவ உரை மரபில் தமிழிசை

திணை

முதற் பொருளான நிலம், பருவ காலம், உரிப்பொருள் மற்றும் கருப்பொருள்கள் என்ற இச்சூழலின் உள்ளும் புறமுமான உறவின் ஊட்டாட்டமே திணை என்பது.

குறிஞ்சித்திணை

மலையும் மலைசார்ந்த இடமும் குறிஞ்சி நிலம். திணைகளை வரிசைப்படுத்தும் பொழுது தொல்காப்பியர் குறிஞ்சிக்கு இரண்டாம் இடம் தந்துள்ளார்.

"மாயோன் மேய காடுறை உலகமும்

சேயோன் மேய மை வரை உலகமும்" - நூற்பா 951

என்றும்,

"முல்லை முதலாச் சொல்லிய முறையால்" - நூற்பா 974 என்றும்

முல்லை நிலத்தை முதல் நிலமாகக் காட்டுகிறார்.

ஆயினும், புறத்திணையில்,

''வெட்சிதானே குறிஞ்சியது புறனே'' - நூற்பா 1002 என்று குறிஞ்சியை முதன்மைப்படுத்துகிறார்.

''முல்லை, குறிஞ்சி, மருதம், நெய்தல் எனச் சொல்லிய முறையால் சொல்லவும் படுமே'' என்ற பகுதிக்கு, நச்சர் உரைவகுக்கும்போது,

''உம்மை எதிர்மறையாகலின் இம்முறையன்றிச் சொல்லவும் படுமென்பது பொருளாயிற்று. அது தொகைகளினுங் கீழ்க்கணக்குகளிலும் இம்முறை மயங்கி வரக் கோத்தவாறு காண்க'' - என்பார்.

குறுந்தொகைக் கடவுள் வாழ்த்தும், முதல் மூன்று பாடல்களும் குறிஞ்சித் திணையில் தொடக்கம் கொள்கின்றன. எனவே முன்னொருகாலத்தில் குறிஞ்சி, முல்லை,மருதம், நெய்தல் எனச் சொல்லிய முதல் முறை ஒன்றும் இருந்திருக்க வாய்ப்புள்ளது.

கலித்தொகையில் பாலைத்திணை முதலாவதாக வருகின்றது. அதன் வைப்பு முறையானது பாலை, குறிஞ்சி, மருதம், முல்லை, நெய்தல் என்று அமைந்துள்ளது.

தனியுடமை பேணப்பட்ட மருதத்தில் கற்புக்காதல் பேசப்பட்டது. ஆனால் பொது உடமைச் சமூகமான குறிஞ்சியில் களவுக் காதலே இயல்பான ஒன்றாக இருந்துள்ளது. திணைப்பாடல்களில் அதுவே பாடப்படுகின்றது. இக்களவுக்காதல் 'குறிஞ்சி' எனவும் வழங்கியுள்ளது.

''புணர்தப் பொருட்டாகிய குறிஞ்சியை...'' என்பார் நச்சர்.

எனவே குறிஞ்சியின் உரிப்பொருள் புணர்தலும், புணர்தல் நிமித்தமும். அதாவது குறிஞ்சி என்பது (களவுக்) காதலைக் குறிக்கின்றது.

குறிஞ்சிப்பண்

குறிஞ்சி நில உரிப்பொருளான காதலுக்கும், அந்நிலத்தின் பெரும்பண்ணான குறிஞ்சி என்ற பண்ணிற்குமான உறவு - ஊடாட்டம் பற்றியது இக்கட்டுரை.

குறிஞ்சி என்ற ஏழுசுரப்பண், 'ஏழ்பெரும்பாலை' களில் இரண்டாவதாக வருவது.

'குறிஞ்சி' என்று பூரணரும், 'குறிஞ்சியாழ்' என்று நச்சரும் இப்பண்பற்றிக் குறிப்பிடுகின்றனர். துத்தப்பாலை, படுமலைப்பாலை, யாமயாழ், கொல்லி, கவ்வாணம், கொல்லிக்கவ்வாணம், பயிரவி, நடபயிரவி என்றெல்லாம் பல்வேறு பெயர்களில் இப்பண்டைய குறிஞ்சிப்பண் அழைக்கப்பட்டுள்ளது.

இப்பண்ணே சங்க இலக்கியங்களில் வரும் பண்களுள் பெரிதும் குறிப்பிடப்படும் பண். தமிழ் தோன்றிய முதல் நிலமான குறிஞ்சித் திணையில் குறிஞ்சிக் கொடிச்சியும், குறவரும், கட்டுவிச்சியும், அகவன் மகளும், பாடும் பண்ணாக அநேக இடங்களில் பதிவு பெற்றுள்ளது.

''நறுங்கார் அடுக்கத்துக்குக் குறிஞ்சிப்பாடி'' - மலைபடுகடாம் -359

"வில்யாழ் இசைக்கும் விரல் எறி குறிஞ்சி"
-பெரும்பாணாற்றுப்படை 182

"உரு கெழு மரபின் குறிஞ்சி பாடி" - நற்றிணை 255:2

"யாம நல்யாழ் நாப் பணின்ற" - மதுரைக்காஞ்சி 584

"பாணர் படுமலை பண்ணிய ஏழால்" - குறுந்தொகை 323

"படுமலை நின்ற பயங்கெழு சீரியாழ்" - புறநானூறு - 135:7

சடங்குச் சமூகத்தைச் சேர்ந்த கட்டுவிச்சி என்றழைக்கப்பட்ட அகவன் மகளிர் இப்பண் பாடியுள்ளனர்.

"அம் தீம் குறிஞ்சி அகவன் மகளிர்" - சிலப்பதிகாரம் -28:35

வேலன் வெறியாட்டுப்பண்

வேலன் வெறியாட்டில் இப்பண் பாடப்பட்டுள்ளது.

"நறும் புகை எடுத்து குறிஞ்சிப்பாடி" - திருமுருகாற்றுப்படை -239 என்பார் பழமுதிர்சோலையில் நக்கீரர்.

வேலன் வெறியாட்டு நிகழ்த்தலை 218 முதல் 248 வரை 31 அடிகளில் நக்கீரர் மிக விரிவாகக் கூறுகின்றார்.

"குறிஞ்சி பாடுமின் நறும்புகை எடுமின்" என்று வேலன் வெறியாட்டுப் பண்ணாக குறிஞ்சியை சிலப்பதிகார குன்றக்குரவை (24:18) யில் இளங்கோவடிகள் பதிவு செய்கின்றார்.

வேலன் வெறியாட்டு என்பது 'காதல்', 'களவு' தொடர்பானது. எனவே காதலுக்கு உரிய பண்ணாக குறிஞ்சியானது வேலன் வெறியாட்டில் பாடப்பட்டுள்ளது.

இக்குறிஞ்சி என்ற பண் காதல் உணர்வைத் தரும் பண்ணா? குறிஞ்சிக் (களவுக்) காதலுக்கும், இப்பண்ணுக்குமான தொடர்பு என்ன?

அதற்கான விடை பெரிய வச்சான் பிள்ளையின் வியாக்கியானம் என்ற மெல்லுரையில் உள்ளது.

சிறிய திருமடல் - தனியன்

திருமங்கை ஆழ்வாரின் சிறிய திருமடலுக்கான பிள்ளை திரு நறையூர் அரையரின் கீழ்க்கண்ட தனியன் ஒன்றுள்ளது. இது இரு விகற்ப நேரிசை வெண்பா.

"முள்ளிச் செழுமலரோ(ர்) தாரான் முளை மதியம்

கொள்ளிக் கென்னுள்ளம் கொதியாமே - வள்ளல்

திருவாளன் சீர்க்கலியன் கார்க்கலியை வெட்டி

மருவாளன் தந்தான் மடல்"

முள்ளிச் செழுமலர் என்பது செம்முள்ளி மலர். அதற்கு குறிஞ்சி என்றொரு பெயருண்டு.

இத்தனியனில் வரும் 'முளைமதியம், கொள்ளி' என்ற சொற்கள் முக்கியமானவை.

அதாவது குளிர்ச்சியான மதி அதாவது தண்ணிலவு கொள்ளி என்ற நெருப்பாகச் சுடுகின்றது.

சுடாத நிலா, சுட்ட சூரியனாகியதைக் குறிப்பிடுகின்றார்.

அவதாரிகையில் 'சப்தாதி விஷயங்கள்' என்று கூறுகின்றார்.

கிருஷ்ணசாமி ஐயங்கார் தனது உரையில் 'சப்தாதி' என்பது என்ன என்று கூறுகின்றார்.

சப்த, ஸ்பர்ச, ரூப, ரச, கந்தம் என்பதாக. மேலும் ''இது பஞ்ச விசயத்துக்கு உப லட்சணம்'' என்றும் கூறுகிறார் பிள்ளை.

பஞ்சவிசயங்கள் எவை என்பதை கிருஷ்ணசாமி ஐயங்கார் தெளிவுபடுத்துகின்றார்.

சந்திரன், மல்லிகை, வாடைக்காற்று, மலர்ப் பள்ளி, மற்றும் குறிஞ்சிப்பண். இந்த ஐந்தும் காதல் விரகத்தில் பாதிப்பவை.

இப்பொழுது நமக்கு விடை கிடைத்து விடுகின்றது; குறிஞ்சித் திணையின் உரிப்பொருளான புணர்ச்சி என்ற களவுக் காதலுக்கும், குறிஞ்சிப் பண்ணிற்குமான உறவு என்ன என்பது பெரிய வாச்சான் பிள்ளையின் வியாக்கியானத்தால் தெளிவு படுகின்றது. இதை அரண் செய்வதாக,

''துன்னு மதி உகுந்த தூநிலா நீள் நெருப்பில்'' - 43 என்று பெரிய திருமடலில் வரும் திருமங்கை ஆழ்வாரின் கூற்றும்,

''மல்லிகை கமழ் தென்றல் ஈருமாலோ, வண்குறிஞ்சி இசைதவருமாலோ - என்ற திருவாய்மொழி (9:9:1)க் கூற்றும், ''பாவியேன்... வாடை தண்வாடை வெவ்வாடையாலோ, மேவு தண்மதியம் வெம்மதிய மாலோ, மென்மலர்ப் பள்ளி வெம்பள்ளியாலோ'' - என்ற திருவாய்மொழி (9:9:4)க் கூற்றும் மேற்காட்டிய முடிவை அரண் செய்கின்றன.

குறிப்பு

பண் குறிஞ்சி என்ற நடபயிரவியில் அமைந்த பாடல்கள்:

1. விண்ணோடு முகிலோடும் விளையாடும்
2. நாணமோ இன்னும் நாணமோ
3. அச்சச்சோ புன்னகை
4. ஓராயிரம் பார்வையிலே உன் பார்வையை
5. ஆகாய வெண்ணிலாவே தரைமீது
6. வசீகரா என் நெஞ்சினிலே
7. உங்கள் பொன்னான கைகள் புண்ணாகலாமா
8. பாலும் பழமும் கைகளில் ஏந்தி
9. காத்திருந்த கண்களே
10. செண்பகமே செண்பகமே
11. மயிலிறகாய் மயிலிறகாய்.

4. தமிழர் கூத்தும் இசையும்

ஆட்டு

ஆடல் என்பதற்கான பழந்தமிழர் சொற்கள் நிலை, கூத்து, மற்றும் ஆட்டு. "தொரு நின்ற குரவை; சேரி தொரும் உரையும், பாட்டும் ஆட்டும்...." மதுரைக்காஞ்சி - 615 - 616; ஆடு, ஆட்டை, ஆட்டம், ஆடலர், ஆடலார், ஆடலன், ஆடி, ஆட்டன் முதலிய சொற்கள் தமிழில் ஆடல் குறித்து உருவாகியுள்ளன. ஆட்டு - விளையாட்டு; விளை + ஆட்டு; "அலகிலா விளையாட்டுடையார் - கம்ப. கடவுள் வணக்கம், திருவிளையாடல் - புராணம்: "பாட்டுக்கும் ஆட்டுக்கும் பண்பா போற்றி"; தேவாரம்:"6:5-20 கொட்டு, ஆட்டம், ஒரு பாட்டொலி, தேவாரம் 7:13 -6; கொட்டாட்டுப் பட்டாகி நின்றானை. தேவாரம் 7:30-3; கொட்டு - தாளம்; ஆட்டு - ஆடல் பாட்டு - பாடல்; பா + ஆட்டு = பாட்டு; பா + ஆடல் = பாடல்

"கூத்தாட்டு வானாகி நின்றாயை" திருவாசகம் 5 15; கூத்து + ஆட்டு = கூத்தாட்டு; வேலன் வெறியாடல் = வேலன் வெறியாட்டு.

கூத்து

நாட்டியம், நாடகம் உள்ளிட்ட பல்வேறு ஆடலைக் குறிக்கும் சொல் கூத்து. "பல்வகைக் கூத்தும் விலக்கினில் புணர்த்து - சிலம்பு 3: 13

சிலம்பு ஆச்சியர் குரவையில், குரவை - குரவைக் கூத்து என்பார் அரும்பத உரைகாரர்.

குரவை - குரவை நாடகம் என்பார் அடியார்க்கு நல்லார்.

"காவல் கணிகையர் ஆடல் கூத்தியர்" - சிலம்பு 5: 19

இங்கு கூத்து என்பதை ஆடல், நாட்டியம் என்பார் இளங்கோ அடிகள்.

நாடக மேத்து நாடகக்கணிகை - சிலம்பு பதிகம் 15

நாடகம், நாட்டியம் என்று இரண்டு சொற்கள் தொல்காப்பியத்தில் வருகின்றன. (அகத். 53) நாடகவழக்கு = செய்யுள் வழக்கு, இலக்கிய வழக்கு = புனைந்துறை வழக்கு, புலவர் வழக்கு = புலமை வழக்கு, Elite Tradition; உலகியல் வழக்கு = மக்கள் வழக்கு - Popular Tradition

"ஒப்பும், உருவும், வெப்பும்... நாட்டிய மரபின்..." தொல். பொருளியல் 53

நாட்டிய மரபு = மக்கள் வழக்கு = நாட்டு வழக்கு = உலகியல் வழக்கு.

கூத்து என்ற சொல் தொல்காப்பியத்தில் இல்லை; கலித்தொகை தவிர ஏனைய சங்க இலக்கியங்களில் கூத்து என்ற சொல் இல்லை.

(சங்க இறுதிக் காலத்தைச் சேர்ந்தவை முருகாற்றுப் படையும் பரிபாடலும், கலித்தொகையும்) வீழ்க்கைப் பெருங்கூத்து. கலித்தொகை 65: 29, உவகைக் கூத்து 85:34 என்று இரு கலித்தொகைப் பாடல்களில் மட்டும் கூத்து என்ற சொல் வருகிறது?

473 புலவர்கள் பாடிய, 26,350 வரிகளைக் கொண்ட, 2381 சங்கப்பாடல்களில் கூத்து என்ற சொல் இல்லை என்பது வியப்பான, அதிர்ச்சியான செய்தி.

மதுரை இளம்பாலாசிரியன் சேந்தன் கூத்தனார், மதுரைக்காகுலாவியங் கூத்தனார், மதுரைக் கூத்தனார், மதுரைத் தமிழ்க் கூத்தன், நாகன் தேவனார், முதுகூத்தனார், வேம்பற்றூர் கண்ணன் கூத்தன் என்றெல்லாம் கூத்தன் என்ற பெயர் தாங்கிய 7 புலவர்கள் 17 பாடல்களைப் பாடி இருந்தும், கூத்து என்ற சொல்லை இவர்கள் தம் பாடலில் பதிவு செய்யவில்லை.

கூத்தர் என்ற சொல் தொல்காப்பியத்தில் ஆறு இடங்களில் வருகிறது; 2381 பாடல்களைக் கொண்ட சங்க இலக்கிய நெடுமரபில் கூத்தர் என்ற சொல் புறநானூறு 28 : 13 ஆம் பாடலில் மட்டுமே, ஒரே ஒரு இடத்தில் இடம்பெறுகிறது.

“கூத்தர் ஆடுகளம் கடுக்கும் அகநாட்டையே” புறம் 28 : 13

நிலை

தொல்காப்பியர் கூத்து என்பதற்கு நிலை என்ற சொல்லைப் பயன்படுத்துகிறார். சான்று: துடிநிலை, கழல்நிலை, கொடிநிலை. கொற்றவை நிலை; கழல்நிலை என்பதை கழல் நிலைக் கூத்து என்று நச்சர் கூறுகின்றார்.

தொல்காப்பியர் கூறும் புறத்திணைத் துறைகள் பல கூத்துகள் என்றும், இவ்வாறான 60 கூத்துகள் தொல்காப்பியத்தில் இடம்பெறுவதாகவும், சங்க இலக்கியங்களில் 25 கூத்துகள் இடம் பெறுவதாகும் ஆய்வாளர்கள் கணிக்கின்றனர்.

'சாறு' என்ற சொல் விழாவைக் குறித்ததாகவும், விழா, விழவு ஆகிய சொற்கள் கூத்து என்பதைக் குறித்ததாகவும். ஆய்வாளர் கூறுகின்றனர். சங்க இலக்கியங்களில் 92 இடங்களில் விழவு என்ற சொல் இடம் பெற்றுள்ளது. மேற்கண்ட விரிவான செய்திகளைப் பேராசிரியர் வெ.மு.சாசகான் கனி தம்முடைய தமிழ் நாடக வகைகளும் வரலாறும் என்ற நூலில் பதிவு செய்துள்ளார்.

யவனர்களுடன் வணிகம், காவல், கேளிக்கை (மது) என்ற தொடர்புகள் எல்லாம் சங்க காலத்தில் தமிழர்க்கு இருந்துள்ளது.

கிரேக்க நாடக உருவாக்கப் பெருங்காலத்தில் சங்க காலம் சமகாலமாக இருந்துள்ளது. ஆயினும் சங்க காலத்தில் உருவான நாடகங்கள் ஏதும் நமக்குக் கிடைக்கவில்லை.

ஆயினும் வியப்பான செய்தி: கூத்து, ஆடல், நாடகம் என்பதைக் குறிப்பிடும் 34 சொற்கள் தமிழ் மொழியில் உருவாகியுள்ளன:

ஆட்டு, ஆடல், ஆதல், கட்டியம், கண்ணுள், கோலம், குறிப்பு, சாரி, தாண்டவம், கூத்து, தூக்கு, நட்டம், நட்டணம், நட்டணை, நடம், நடனம், நடை, நாட்டியம், நாடகம், நித்தம், நிலை, நிலையனம், நிலையம், நுடக்கம், பண்ணை, பரதம், பாணி, பாவோட்டம், மண்டிலம், வரி, விழவு, விழா, விழைவு.

(கூத்து இசை - (ballad) ஆட்டப் பாடல்)

1. சங்க காலம்

தமிழின் முதல் கூத்தன் வேலன், வேலத்தி, அகவன் மகள் சாலினி, கட்டுவிச்சி, தேவராட்டி முதலியோர் குறிஞ்சிப்பண் பாடி வெறியாட்டு நிகழ்த்துகின்றனர். இசையும், ஆடலும் சேர்ந்த ஒரு சடங்குக்கூத்து வடிவம் வேலன் வெறியாட்டு; "பண்ணைத் தோன்றிய எண்ணான்கு பொருளும்" தொல்காப்பியம் (மெய்ப்.) பண்ணை, என்பது மகளிர் ஆடல் குழு, கூத்து, ஆடல், நாடகம் என்று பொருள்படும்.

குரவை, ஊசல், அம்மானை, துணங்கை, தேவரைப் பராயது என்ற கடவுள் வாழ்த்து என்றெல்லாம் பாடல், ஆடல், கூத்து வடிவங்கள். விறலி என்ற ஆடல் மகள்; பாடினி என்ற பாடல் மகள், பாணர், பொருநர், கோடியர், கண்ணுளர் என்ற ஆடல் பாடல் கூத்துக் கலைஞர்கள். "நாடக மகளிர் ஆடுகளத்து" பெரும்பாண். 55; விறல் = சுவை - sentiment; சுவைபட ஆடுபவள் விறலி.

2. காப்பிய காலம்

இசை, ஆடல், கூத்து நிறைந்த தமிழர் கருவூலம் சிலப்பதிகாரம் ஆச்சியர்குரவை குன்றக்குரவை, வேட்டுவரி, (சாலினி கொற்றவை கோலம் கொண்டு ஆடியது) எல்லாம் கூத்தும் அதற்கான பாட்டும் நிறைந்தது.

ஆடி முதிர்ந்து, நாட்டிய அரங்கில் ஆடும் நாடகக் கணிகைக்கு பாட்டும் சதியும் ஒற்றருத்துப்பாடும் தோரிய மடந்தையரும், தலைக்கோலியரும், தமிழ்க்கூத்துக் கலைகளில் உலா வந்த காலம் சிலப்பதிகார காப்பியக் காலம். நாட்டியத்திற்கான ஒரு காதையே

- அரங்கேற்றக் காதையே பாடியவர் இளங்கோவடிகள். அரங்கம், நாட்டியம், ஆட்டப்பாடல், பாடகர், கருவியாளர் என்று ஒரு ஒட்டுமொத்த தமிழரின் நாட்டிய மரபையே நம் கண் முன் நிறுத்துகின்றார் அடிகளார், இந்த ஆடலரசிகளே 64 கலைகளுக்கும் உரிமையுடையோர்; வளர்த்தோர்; தமிழ்ச் சமூகத்திற்குக் கையளித்தோர். "எண்ணெண் கலையோர் இரு பெரும் வீதியும்" - சிலம்பு ஊர்காண் காதை 14 : 167

3.பக்தி காலம் - பல்லவர் மற்றும் பிற்காலச் சோழர் காலம்; காந்தார இசை அமைத்துப் பண்பாடி ஆடிய காரிகையார், சேயிழையார், சிற்றிடைக் கன்னிமார் என்றெல்லாம் நம் ஆடல் அரசிகளைத் தேவாரம் போற்றுகிறது. பக்தி காலம் பல்லவர் காலம்: பல்லவர் காலத்தில் கற்களால் கட்டிய திருக்கோவில்களும் (தளிகளும்), கோவில் பெண்டிர் மரபும் தொடங்குகின்றது. பிற்கால சோழர் காலத்தில் தளிச்சேரிப் பெண்டிர், ருத்ர கணிகையர், பதியிலார் கோயில்களுடன் ஆடல் பாடலில் இணைக்கப்படுகின்றனர். இந்த தேவரடியார்களே பிற்காலத்தில் தேவதாசிகள் என்று அழைக்கப்பட்டனர். தேவதாசியர் கையளித்ததே சதிர். அதுவே நம் கால பரதநாட்டியம். இவ்வாறாக இசையையும் நாட்டியத்தையும், கூத்தையும் இன்னும் அநேக கலை வடிவங்களையும் நமக்குக் கொடை அளித்தவர்கள் 3000 ஆண்டு மரபு கொண்ட நம் ஆடல் அரசியரே.

1. சதி மற்றும் சதிர்

சதி என்பது தாளச் சொற்கட்டு. அந்த சொற்கட்டுக்கு முதன்மை தந்து ஆடுவது சதிர். "சதி வழி வருவது ஓர் சதிர் - சம்பந்தர் தேவாரம் 38 54: 3; தேம் தாம் என்று அரங்கேரி சேயிழையார்

நடமாடும் - சம்பந்தர் தேவாரம் 13 99:4"; சரியின் முன் கை நன்மாதர் சதி பட நடமாடி - சம்பந்தர் தேவாரம் 2509: 3 "குடமுழவச் சதி வழியே அனல் கை ஏந்தி கூத்தாட வல்ல குழகனாகி - அப்பர் தேவாரம் 2910:3. "கூடிய இலயம் சதிபிழையாமை " - சுந்தரர் தேவாரம் 699:1 இவ்வாறெல்லாம் தேவார மூவர் 'சதி' என்பது பற்றிப் பதிவு செய்துள்ளனர். திருத்தாளச் சதி என்றொரு பதிகமே சம்பந்தர் பாடியுள்ளார். இந்த சதி என்பது இக்காலம் ஜதி ஆகியுள்ளது. அரச்சலூர் கல்வெட்டு 'சதி' என்ற சொற்களால் ஆனது. சதி என்ற தாளத்தால் அமைந்த 'சொற்கட்டுகளுக்கு' ஆடும் ஆட்டமே சதிராட்டம். அது இன்று பரதநாட்டியம் ஆகி உள்ளது.

2. அகப்பாடல் - பதம்

வாழ்க்கையை அகம், புறம் என்று பாகுபாடு செய்தது தமிழர் தொன் மரபு; அகம், அகப்பாடல், அகக்கூத்து, அகநாடகம் என்ற சொல்லாட்சிகள் தமிழர் மரபில் நெடுகவே உண்டு. அகச்சுவை தோன்ற ஆடுவது பாடுவது தமிழர் இசை மரபு, ஆடல் மரபு. பண்டைய அகச்சுவைப் பாடல் இன்றைய பதம் ஆகியுள்ளது. அகச்சுவை பாடல் பாடி நாட்டியம் ஆடுவது பதம் என்று ஆகி உள்ளது இக்காலத்தில்; தேவாரம் பாடி ஆடப்பட்ட மரபுடையது. தேவாரத்தின் இரண்டு அகச்சுவைப் பாடல்கள்: சம்பந்தரின் முதல் பாடல், "தோடுடைய செவி என்.... என் உள்ளம் கவர் கள்வன்". தன்னைத் தலைவியாகவும் இறைவனைத் தலைவனாகவும் பாவித்து நாயக நாயகி முறை (Bridal Mysticism) ஆட்டப் பாடல். "முன்னம் அவனுடைய நாமம் கேட்டாள்" என்ற அப்பரின் திருத்தாண்டகமும் அகப்பாடலே.

3. அடிப்பெயர்த்தாடல்

சங்க இலக்கியத்தில் பெரு வழக்குப் பெற்ற ஆடல் முறைச் சொல் அடிப்பெயர்த் தாடல். அடி என்பது கால்அடியையும் குறிக்கும். அதனால் இடும் தாளத்தத்தையும் அடி என்று சொல் குறிக்கும்; தாள் - தாளம்; அடிதாளம். "ஒண்ணுதல் விறலியர் பாணி தூங்க" - பொருநர் ஆற்றுப்படை - 110 விறலியர் தாளத்திற்கு ஆடுதல். பாணி = தாளம். தூங்க = ஆட. "துடியின் அடிப்பெயர்த்து... ஆடுவாள் - பரிபாடல் 21:19 - 20. துடியின் தாளத்திற்கு ஆடியது. "கால் பெயர்த்து ஆடி" - புறம் 359. "நடுவூர் மன்றத்து அடிபயர்த்து ஆடி" - சிலம்பு 12 : 11; (அடி)பெயர்த்தல் = இடுதல் (தாளம் இடுதல்); பெயர்த்தல் = செலுத்தல், to lead to drive; அடி பெயர்த்தாடல் என்ற தாளத்திற்கு ஆடுதலே இன்றைய சதிராட்டம் என்ற பரதநாட்டியத்தில் ஆடப்படும் முதல் வடிவமான 'அலாரிப்பு'.

4. நித்தம்

நித்தம் ; ந்ருத்தம் - நிருத்தியம்; நித்தம் = ஆடல்

திருமண மண்டபமும் நித்த மண்டபமும். (IPS 1097; த.க.சொ. 360) நித்த விடங்கன் மல்லையன் - தமிழகக் கோவில்கலை மரபு பக்கம் 56 - 57.

5. சொக்கம்

தனிநடம் - சுத்த நிருத்தம் - pure dance. பாடலின்றித் தனிக்கொட்டு முழக்கு மற்றும் சொற்கட்டுகளுக்கு ஆடுதல்.... "சொக்கம் என்றது சுத்த நிறுத்தம்; அது 103 கரணமுடைத்து சிலம்பு - 3:12 அடியார்க்கு நல்லார்." சொக்கமாவது சுத்த நிருத்தம் - சீவக

சிந்தாமணி 672 நச்சருரை; ''சொக்கம் பயின்றீர்'' - அப்பர் தேவாரம். ''சொக்கம் அது ஆடியும் பாடியும்'' - தேவாரம் 3:9:9 சொக்க நடம் ஆடியதால் சிவபெருமான் சொக்கன் ஆனார். சொக்கத்தங்கம், சொக்கன், சொக்கநாதன், சொக்கலிங்கம், சொக்கம்பட்டி, சொக்கா சொக்கி.

6. நிலை- கரணம்- உடல்நிலை - நாட்டிய உடல்நிலை

கரணம் என்பது நாட்டிய உடல்நிலை. அதாவது அடவு என்ற அடைவு. 108 கரணங்களைக் கொண்டது சொக்கமென்கின்ற சுத்த நிருத்தம். தாளத்திற்கு ஏற்ப அடிவைத்து அதற்கு இணையான முத்திரையைக் கையாலும் அடைவு பிடித்தல். எனவே ஆடல் நிலை. நிலை என்பது ஆடலின் தோற்றப்பாங்கு; கரணம். நிலை = posture, still. சான்று கரண சிற்பங்கள். Ballet என்பது பாலே என்ற நாட்டிய வகை. இதில் பாடல் இல்லை. அவிநயம் உண்டு; தாள இசை உண்டு.

7. சதிசுரம் (ஜதிஸ்வரம்)

சுரபல்லவி என்றும் பெயர். சதி சுரத்தில் பாடல் இல்லை. சுரங்களால் அமைந்த சொற்கட்டு சதிக்கோவை. இது நாட்டிய உருப்படிகளில் ஒன்று.

8. சுரசதி (ஸ்வரஜதி)

பயிற்சிப்பாடல். பாடலே சதி என்ற சொற்கட்டுகளால் ஆனது. இது ஒரு பாடல் வகை. இசைப்பயிற்சிக்காகப் பாடப்படுவது.

9. செந்துறை, வெண்டுறைப் பாடல்

செந்துறைப் பாடல் என்பது அரங்கிசைப் பாடல். வெண்டுறைப் பாடல் என்பது நாடகப் பாடல். (வெண்+துறை); ''வெண்டுறை

என்பது கூத்தின் மேற்றே" - யாப்பருங்கல விருத்தி. வெண்டுறைப்பாட்டே ஆடற்கு ஏற்பது - திவாகர நிகண்டு 1882. வெண்டுறையும் செந்துறையும் வேற்றுமையாக கண்டறிய - இறைய. களவியல் 360. ஆடல், கூத்து, நாடகப் பாட்டான வெண்டுறைப் பாட்டு என்ற தனி வகை மிகத் தொன்மையானது. அரங்கிசைக்குப் பாடுவது என்பது வேறு. நாட்டியத்திற்கும் நாடகத்திற்கும் பாடுவது என்பது வேறு.

10. தரு

தரு என்பது நாடகத்திற்கே உரிய இசை வடிவம். பாத்திரம் அறிமுகத்தரு (பிரவேசத்தரு), தென்றல் தரு, வெண்ணிலா தரு, தர்க்கதரு. நாடகக் கதை கூறுவது மற்றும் வண்ணனைகள் முதலியவை மிக நீண்ட வடிவுடன் பாடப்படுவது தரு. தரு என்பது ஒருவகைச் சந்தத்தைக் குறிக்கும். சொற்கட்டால் பாடப்படும் இடைநிலைப் பாட்டு தருவர்ணம் என்ற ஒரு பாடல் வடிவம் உண்டு. சுரம், பாடல், சதி, பண், தாளம், சுவை என்ற ஆறு உறுப்பு கொண்டது தருவருணம். எடுப்பு, தொடுப்பு, எத்துக்கடை எடுப்பு, சிட்டை சுரம் உடையது ஆட்ட பாடல் வகையான தருவர்ணம். நாடகப் பாடல் வகையான தரு இக்காலம் அரங்கிசையாகவும் பாடப்படுகிறது. தர்க்கத் தருக்களால் ஆனவையே சங்கரதாசு சாமிகளின் வள்ளி திருமணம் என்ற நாடகம். வள்ளி - நாரதர், முருகன் - நாரதர், முருகன் - வள்ளி ஆகியோரின் தர்க்கங்களால் (தரு) ஆடப்படும் நாடகம் இது.

11. விரித்தி பாடுதல்

பாடலில் மாற்றம் - வேற்றுமை (Variation) காட்டுதல். சங்கதி போட்டு பாடுதல் என்று கொச்சைச் சொல் வடிவமாக இன்று

சொல்லப்படுகின்றது. சங்கதி என்பதற்கான தமிழ்ச்சொல் விரித்தி. விரித்தி எனில் விரிவாக்கம் செய்வது. பாடலின் அடிகளை அல்லது சொற்களை அல்லது ஒரே சொல்லையோ பல்வேறு முறைகளில் பாடுவது விரித்தி முறைகளில் ஒன்று. இவ்வாறு பல முறைகளில் விரித்தி பாடுவது நாடகப் பாடல்களில் உள்ள தனிச் சிறப்பு.

12. கலிப்பா

பண்டைய கலிப்பாவும் பரிபாடலும் அரங்கிசைக்கும், நாடக இசைக்கும் முன்னோடிகள். ஒரு பொருள் மேல் மூன்றடுக்கி வந்த ஒத்தாழிசை. குறுஞ்சீர் வண்ணம் என்ற, அராகம், அம்போதரங்கம் முதலிய கலி உறுப்புகள் இன்றைய அரங்கிசை மற்றும் நாடகப் பாடல்களில் அமைந்துள்ளன; சான்று அலைபாயுதே கண்ணா என்ற கானடா பண்ணில் அமைந்த பாடல்.

முடிவுரை

அரங்கிசைப் பாடல் வகைகள், கூத்து இசைப் பாடல் வகைகள் தமிழில் ஏராளம். சதிர் தொடர்பான ஆட்ட இசை பற்றி இக்கட்டுரையில் சுருக்கமாகக் கண்டோம். எதிர்வரும் காலங்களில் இன்னும் பல இசை வடிவங்களை நாம் ஆவணப்படுத்த வேண்டும்.

5.கலைஞர்களும், 'குடியும்', குடிசார்ந்த எண்ணங்களும், விழுமியங்களும்.

கள் - சொற்களஞ்சியம்

ஒரு மொழியிலுள்ள சொற்களஞ்சியம் அம்மொழி பேசும் மக்களின் பண்பாட்டையும், நடைமுறை வாழ்வையும் அடையாளம் காட்டுகின்றது. அரபியமொழியில் எண்ணூற்றுக்கும் மேற்பட்ட கொலைக்கருவிகளின் பெயர்கள் உள்ளன. 'கள்'என்ற சொல்லிற்கு நாற்பத்தெட்டு பெயர்களைச் சூடாமணி நிகண்டு (6:30) குறிப்பிடுகின்றது.

'அரியல், பாடலி, தேன், மட்டு, அரிட்டம், சுண்டை, தொண்டி, முருகு, சாயனம், கௌவை, முண்டகம், சாதி, சாலி, பிரசம், மாதவம், மேதை, பிழி, சேறு, தணியல், மாரி, சுரை, மது, சுமாலி, மாலி, சுலோகி, சொல்விளம், நறவு, ஆசவம், தொப்பி, நனை, இக்கு, ஞாளி, குந்தி, வெறி, வெடி, சாறு, பானம், விகுணி, சோபம், வேரி, மறவி, தேம், கவிகை, தேறல், மகரந்தம், மதிரை, ஆம்பல், படு முதலியன.

கலைஞரும் கள்ளும்

சங்ககாலத்தில் கள்ளுண்ணல், பரத்தமை, புலால், (மது, மாது, மாமிசம்) பெருவழக்காய் இருந்துள்ளது.

பாடல் கலைஞர் பாணர்களுக்கும், ஆடற்கலைஞர் விறலியருக்கும் மன்னர்கள் பொற்றாமரையும், பொன்னரிமாலையும், புலவுச் சோறும், குதிரை பூட்டிய தேரும், யானைப்பரிசில்களும் மட்டும் தந்து விருந்தோம்பவில்லை,

''இழைஅணி வனப்பின் இன்நகை மகளிர்

போக்குஇல் பொலங்கலம் நிறைய பல்கால்

வாக்குபு தரத்தர........... ..' பொருநர் ஆற்றுப்படை:85-87

விருந்தோம்பியுள்ளனர். 'பொலங்கலம் நிறைய பல்கால்' - பலதடவை, நிறையநிறைய எதை வழங்கினார்கள்?

'பூக்கமழ் தேறல் வாக்குபு தரத்தர' - மேலது.157

எனவே விருந்தோம்பலில், அதுவும் கலைஞர்களை விருந்தோம்பும்போது 'கள்' பரிமாறல் சங்ககாலத்தில் முக்கிய இடம் பெற்றுள்ளது. இன்றும்கூட இந்தநிலை மாறிவிடவில்லை. குடியால் குடைசாய்ந்த கோபுரங்களில் கலைஞர்கள் தாம் முதல் இடம் வகிக்கின்றனர்.

''சிறியகள் பெறினே, எமக்கீயு மன்னே'' - புறநானூறு 235 என்று பாடிய பாடினி ஔவை கள்ளுண்ணும் ஔவையாகவே காட்சி தருகிறார்.

''உலகுபடைத்து...... காதல் அன்பில் இன்பு ஈன் தேறல்' - (நம்மாழ்வார் திருவாசிரியம் 19) என்று நம்மாழ்வார் பாசுரம் பாடுகின்றார்.

காமக்களியாட்டம்.

அரபிய வரலாற்றில் 'சகிலியா' எனும் 'இருண்டகாலம்' (period of ignorance) பற்றிய குறிப்புகள் ஏராளம் உண்டு. ஆடலிலும், பாடலிலும் சிறந்த 'குய்னான்' (singing girls) எனும் அடிமைப்பெண்கள் கோப்பைகளில் மது ஊற்றித்தந்து யாழ் (UD) மீட்டிப் பாடி, ஆடி அரபிய உயர்குடி ஆண்களைக் களிப்படையச் செய்தது பற்றி அக்கால வரலாறு நிறையவே பேசுகின்றது.

தமிழகத்தில் மட்டுமல்லாது மது, மங்கை, இசை, ஆடல் சேர்ந்தே உலகில் அனைத்து நாடுகளிலும் வரலாறு நெடுக கோலோச்சி வருவதை நாம் பார்க்க முடிகிறது.

'காமக்களியாட்டம்' என்ற சொல்லாடலில் காமம், களி, (கள்குடித்துக் களித்தல்), ஆடல் மூன்றும் சேர்ந்தே உள்ளன.

சேம்பெய்ன் பிரான்ஸ் நாட்டையும், ஓட்கா சோவியத் இரசியாவையும் அடையாளப்படுத்துவது போல, 'கள்' தமிழகத்தை அடையாளப்படுத்துகின்றது.

பூசையில் கள்

சங்க காலத்தில் வேலன் என்ற வெறியாட்டாளன் கள் உண்டு, தெய்வ அருள் வந்து பாட்டுப்பாடி, ஆட்டம் ஆடி அருள்வாக்கு சொன்ன செய்திகளைப் பார்க்கின்றோம். இங்கே வேலன் சாமியாடி மட்டுமல்ல; ஒரு கலைஞனாகவே தோற்றம் தருகிறான்.

இதை,

'தேனும், தினைமாவும், கள்ளும், இறைச்சியும் முருகனுக்குத் தொண்டகப் பறை அறைந்து படைக்கப்பட்டன... கள் உண்டு

ஆடிய ஆட்டு வெறியாட்டு எனப்பட்டது" என்பார் தேவநேயப் பாவாணர். (தேவநேயம் பக்.24-52 V)

தாந்த்ரீக முறையிலுள்ள சக்கர பூசையில் தேவிக்குப் படைக்கப்பட்ட ஐந்து உணவு (பஞ்சம ஆகாரம்), மது, மாமிசம், மாது, மாவு, ஆடல். சாக்தேய வழிபாட்டில் சக்திக்கு மது, மாமிசம், படையல் செய்யப்பட்டுள்ளது. கௌள மார்க்கத்தில் ஐந்து உணவாகப் படைக்கப்பட்டவை மது, மாமிசம், மாது, மந்திரம், மைதுனம் ஆகியவை.

இராமனுடன் வனவாசம் செய்யும்போது சரயு நதியைக் கடந்தபோது தீங்குகள் ஏதும் வாராமல் இருக்கும்பொருட்டு மதுவும், மாமிசமும் படைத்து சீதை துர்க்கையை வணங்கியதாக இராமாயணம் கூறுகின்றது.

கேரளப்பாணர் "இயல்பாய் இறந்தவர்க்கு ஆடிமாதத்திலும், கொலையுண்டு இறந்தவர்க்கு ஆவணி மாதத்திலும் ஊனும், கள்ளும் படைப்பர்; இது வெள்ளக்குளி எனப்படும்" - தேவநேயம். பக்.129 X.

இவ்வாறு இறைவழிபாட்டில் 'கள்' முக்கிய இடம்பெற்றுள்ளதை நாம் அறியமுடிகிறது.

சில சொல்லாடல்கள்

கள் - களித்தல் - கள் உண்டு வெறித்தல், மயங்குதல் - தேவநேயம்

கள் = சோறு, பதம்

மாரி = கடவுள், பெண்தெய்வம், கள்.

மதக்கம் = பேருண்டி, குடி, கஞ்சா இவற்றால் உண்டாகும். மயக்கம்.

மதத்தல் = மதமதத்தல் - கள் குடித்தல்; காமம் மிகுதல்; உணர்வு இழத்தல்

மத்தம் = மதம் = குடிவெறி, கோட்டி

மதம் - மது - மதி

மத்து = மட்டு = கள், தேன்

'வெப்புடைய மட்டு உண்டு - புறநானூறு 24.

மட்டு - பெண்கள் குடிக்கும் கள்.

மட்டுண் வாழ்க்கை வேண்டுவிராயின் - சிலம்பு, 12:19

மட்டலர் கோதையர் - சிலம்பு.பதிகம் 82

மது ஒழுக மலர்ந்த கோதை. அடியார்க். உரை

மட்டுவார் குழலம்மை - மலைமகள், உமையவளின் பெயர்

மதம் - மதன்- மன்மதன்

மதன் - மதனி - மதினி - மைத்துனி - மைதுனம்

"மதுபருகிப் பருவாளை நின்று மதர்க்கு மருவ கெல்லாம்" - கம்பராமா, நாட்டுப்.24

மதனன் = காமன்

மதனம் - காமம்; இளவேனில்

வெறி - வெறியாட்டு; வெறி அயர்தல், கள், பேய், அச்சம், ஆடு, வாசனை, வட்டம், நோய், கலக்கம்

இளவேனில் = வசந்தம், மது - (பிங்கலம், 298)

காதல் (காமம்) கடவுளான காமவேள் (மன்மதன்) ஆட்சிக்காலம், இளவேனில்: அந்த இளவேனிலுக்கு கள் என்று ஒரு பொருள் உண்டு.

ஆம்பல் = பண், இன்னிசைக்குழல், கள்

முருகு = கள், இளமை, வாசனை, அழகு, குமரன், விழா, - (பிங்கலம்,3977)

எனவே இளமை, இசை, இளவேனில், விழா, ஆடல், கள் எல்லாம் ஒருங்கே கைகோர்த்து நடமிட்டுள்ளதை இச்சொல்லாடல்கள் குறிப்பாகத் தெரிவிக்கின்றன.

கலைஞனும் பரவசநிலையும்

நபிகள் நாயகத்திற்கு ஒருவித பரவசநிலையில் (Trance Mood) 'வஹி' என்ற இறைச்செய்தி வந்தது என்பது இசுலாமிய நம்பிக்கை.

புனிதர்கள் மத்தேயு, மார்க், லூக்கா, யோவான் ஆகியோர் இறை அருளால் (Inspired by God) நற்செய்திகளைத் தந்தனர் என்பது கிறித்துவ நம்பிக்கை.

பண்டைய வெறியாட்டில் கள் உண்ட போதையில் இறையருள் பெற்று வேலன் குறிசொல்கிறான்.

கல்விக்கும், கவிதைக்கும், இசைக்கும், வாணி என்றும் MUSE என்றும் தெய்வங்களைப் படைத்து அத்தெய்வங்கள், கவிஞர்களின் நாவிலிருந்து கவிதைகள் பாடிய மரபு உலகெங்கிலும் உண்டு.

சாமி வருவதிலும், சாமி ஆடுவதிலும் இசை பெரும்பங்கு ஆற்றுவதை இன்றளவும் பார்க்க முடிகின்றது.

புனிதங்களும், படைப்பிலக்கியங்களும், கலை வடிவங்களும், கவிதைகளும், இசையும், ஆடலும் மடைதிறந்த வெள்ளம்போல் பெருக்கெடுக்க ஒருவித பரவசநிலையைப் படைப்பாளர்கள் அடைய வேண்டியுள்ளதை நாம் பார்க்க முடிகின்றது.

கவிஞர்களும், கலைஞர்களும் காலங்காலமாக ஒருவித மயக்கநிலை (State of Trance)க்காக கள்ளும் கஞ்சாவும் அபினும் உண்டதை வரலாறு நமக்கு நெடுகவே தெரிவிக்கின்றது.

கலசத்தையும், கோப்பையையும் தன் கவிதையில் ஒரு படிமமாகவே சூஃபியக்கலைஞன் உமர்கய்யாம் 'ரூபயாத்'தில் பாடுகின்றான். இதையே

"வெயில் கேற்ற நிழல் உண்டு;" வீசும் தென்றல் காற்றுண்டு;..............

கையில் கம்பன் கவியுண்டு; கலசம் நிறைய மது உண்டு'

என்று மேல்மொழிந்தார் நம் கவிஞர்.

"ஒரு கோப்பையிலே என் குடியிருப்பு;

ஒரு கோலமயில் என் துணையிருப்பு;

இசைப்பாடலிலே என் உயிர்த்துடிப்பு;

நான் பார்ப்பதெல்லாம் அழகின் சிரிப்பு"

என்று கவிப்பேரரசு கண்ணதாசனும் பாடுகின்றார். மேலும்,

'ஓர்கையில் மங்கையும், ஓர்கையில் மதுவும்' என்பார் மீண்டும்.

இவ்வாறு மதுவும், மங்கையும், இசையும், ஆடலும் காலமெல்லாம் கவிஞனின், படைப்பாளனின் இயற்கைத் தேவையாகி விடுகின்றன

6. தமிழ் மொழியின் வலிமை

"தமிழ் மொழி தொன்மை உடையதோ

இல்லையோ, தமிழ் இசை தொன்மையானது"

- கோவை ஞானி

மானிடத் தோற்றத்திற்கு முன்பே உலகில் இசை தோன்றியிருந்தது. வண்டின் இஸ் என்ற ரீங்காரத்தில், அருவின் இம் என்று கொட்டலில், ஆற்றின் சலசலப்பில், ஆழ்கடலின் ஆர்ப்பரிப்பில் என இயற்கை எங்கும் இசை நிறைந்துள்ளது.

எனவே இசையை மானிட இனம் கண்டுபிடிக்கவில்லை இயற்கையில் இசை இயல்பாகவே இருக்கிறது.

ஒளியைப் போல, இசையும் (ஒலி) இயற்கையின் அருட்கொடையே.

மிகப் பழங்காலத்திலேயே தோன்றிய இனங்களில் தமிழினம் ஓர் இனம்; நீண்ட நெடிய தொன்மை கொண்ட தமிழ் இனம்

தனக்கென்றே ஓர் மாபெரும் இசைப் பாரம்பரியத்தை அடைந்திருப்பதில் வியப்பேதும் இல்லை. அது இயற்கையானதும் கூட.

எனவே தமிழரின் இசைப் பாரம்பரியம், பல்லாயிரம் ஆண்டுகால பரந்து விரிந்த எல்லைக் கொண்டது.

ஆனாலும் எழுதப்பட்ட ஆவணங்களின் காலத்திலிருந்து தான் ஆதாரப்பூர்வமாக வரலாற்றுக் காலம் தொடங்குகிறது என்பது அறிஞர் மரபு.

தமிழரின் வரலாற்றுக் காலம் தொல்காப்பியத்திலிருந்து தொடங்குகிறது. அப் பழமையான தமிழின் முதற் பெருநூலின் காலம் கி.மு 800 க்கு முந்தையது என்பது ஆய்வாளர் முடிவு.

இன்றைக்கு ஏறக்குறைய 3000 ஆண்டுகால பழமையான வரலாறு தமிழருக்கு உண்டு என்பதை எழுத்து வடிவ ஆவணமாக வரையறைப்பது தொல்காப்பியமே.

தமிழ் மொழிக்கு மட்டுமல்லாது தமிழ் இசைக்கும் இலக்கணம் கூறும் முதல் நூல் தொன்மையான தொல்காப்பியமே.

எள்ளிலிருந்து எண்ணெய் எடுப்பது போன்று இலக்கியத்திலிருந்து இலக்கணம் கட்டமைக்கப்படுகிறது.

தொல்காப்பியத்திற்கு முந்தைய இசை குறித்த இலக்கியங்களான இசை நூல்களிலிருந்தே தொல்காப்பியர் இசைக்கு இலக்கணம் கண்டுள்ளார் என்பதே மெய்யானது.

என்ப, மொழிய, என்மனார் புலவர் என்பது போன்ற தொல்காப்பியர் கூற்றிலிருந்தே இதை அறியலாம்.

"அளபிறந்து உயிர்த்தலும் ஒற்றிசை நீடலும்

உள என மொழிய இசை யொடு சிவணிய

நரம்பின் மறைய என்மனார் புலவர்"

(தொல்காப்பியம் - நூல் மரபு 33)

தொல்காப்பியருக்கு முன்பு இருந்த இசை இலக்கண நூலை நரம்பின் மறை என்றே கூறுகிறார்.

மிகச் சிற்றெல்லையான 3000 ஆண்டு பழமையைக் கொண்டால் கூட தமிழ் இசை தொன்மையான மரபுடையது என்பதை எளிதில் புரிந்து கொள்ளலாம். இதற்கு நீண்ட நெடிய ஆழ்ந்த அகன்ற ஆய்வு ஏதும் தேவையில்லை.

வரலாறு இவ்வாறிருக்க அடையாறு கலாச்சேத்திரத்தில் 1937 இல் சதிர் ஆட்டத்தை, பரதநாட்டியம் என்று பெயர் மாற்றியதைப் போல, முந்தைய அய்ந்து நூற்றாண்டுகளில் தமிழ் இசையை கர்நாடக இசை என்று பெயர் மாற்றிய அவல நிலை; ஏறு நிரலை ஆரோகணமாக்கி, இறங்கு நிரலை அவரோகணமாக்கி இன்னும் ஸ்தாயி, ராகம் என்று பற்பல தமிழ் சொற்களை வடசொல் மயமாக்கி, தமிழ் இசை என்று ஒன்று இருந்ததே கிடையாது; அவ்வாறு இருந்திருந்தாலும் அது அழிந்துவிட்டது; பூலோகத்திலிருந்து மறைந்து விட்டது என்று கூறுவது எப்பேர்ப்பட்ட இமாலயப் புரட்டு: வரலாற்றுப் புரட்டு.

தொன்மையான, மிகச் சிறந்த நாகரிகமடைந்த ஓர் இனத்தை அழிக்க முற்படும் ஆதிக்க இனம் முதலில் அழிக்க முனைவது அத் தொன்மையான மக்களின் மொழியையே.

தமிழை வடமொழி மயமாக்கி (மணிப்பிரவாளம்) அழிக்க முயன்றது போன்று தமிழ் இசையையும் வடமொழி மயமாக்கி அழிக்க முற்பட்டனர் கடந்த நூற்றாண்டுகளில்.

தமிழ் மொழி மென்மையானது; ஆனால் நாணல் போன்ற மென்மை. வடக்கிலிருந்து வந்த புயற்காற்றுக்கும் கூட வளைந்து நெளிந்து தன்னைக் காத்துக்கொண்டது. அது தமிழரின் வலிமையால் அல்ல, தமிழ் மொழியின் வலிமையால் தான்.

தமிழின் தனித்து இயங்கும் வலிமை, நீண்ட நெடிய வரலாற்றுத் தொன்மை போன்ற அடித்தளமே தமிழ் மொழிக்கு மூலவலிமை.

7. தமிழ் இசை மரபில் - 'பண்பெயர்ப்பு'
சிலப்பதிகாரத்தை முன்வைத்து

தமிழர் கண்ட பண் உருவாக்க முறைகளில் தலையாயது 'பண்பெயர்ப்பு' 'பண்ணுப்பெயர்ப்பு'.

"கணைகுரல் கடுப்பப் பண்ணும் பெயர்த்து" - மதுரைக்காஞ்சி 559

"பண்ணுப் பெயர்த்தன்னகாவும்பள்ளியும்" - மலைபடுகடாம் 451

"பையுள் உறுப்பின்பண்ணுப் பெயர்த்தாங்கு" - பதிற்றுப்பத்து 65:15

"பாங்கினுள் பாடியோர் பண்ணுப் பெயர்த்தாள்" சிலம்பு 7:(47)

பண்பெயர்ப்பு, பண்ணுப்பெயர்ப்பு, பாலை பண்ணல், பாலை பெயர்த்தல், பாலைத் திரிபு, மாறு முதல் பண்ணல், குரல் திரிபு (கிரக பேதம், கிரக சுரபேதம், சுருதி பேதம், tonic shift, model shift of tonic, modulation) என்றெல்லாம் பண்பெயர்ப்பு பெயர் பெற்றிருக்கின்றது.

வலமுறைத் திரிபு, இட முறைத்திரிபு என இரு முறைகள் 'பண்பெயர்ப்பு'க்கு உண்டென சிலப்பதிகாரம் மற்றும் அதன் இரு பெரும் உரைகளால் அறிகிறோம்.

வலமுறைத் திரிபே சிலம்பில் பெரிதும் காட்டப்படுகின்றது. இதைத் 'தொண்டுபடுமுறை', ''தொன்முறை இயற்கை'' என்று இளங்கோவடிகள் குறிப்பிடுகின்றார்:

''தொண்டு படுமுறையால் நிறுத்தி'' - சிலம்பு 17, எடுத்துக்காட்டு வரி 5,

''துத்தங் குரலாத் தொன்முறை இயற்கையின்'' சிலப்பதிகாரம் 28:34

சிலப்பதிகாரத்தில் 'பண்பெயர்ப்பு' பற்றிக் குறிப்பிடப்படும் நான்கு இடங்களைப் பற்றி நாம் பார்க்கலாம்:

1. சிலப்பதிகார கானல் வரியில் காட்டப்படும் 'பண்பெயர்ப்பு' பற்றி காணலாம்:

''காந்தள் மெல்விரல் கைக்கிளை சேர்குரல்

தீந்தொடைச் செவ்வழிப்பாலை....'' - சிலம்பு கானல்வரி 47-ஆம் பாடல் 7:47

தான சுரங்கள்	ச ரி1 ரி2 க1 க2 ம1 ம2 ப த1 த2 நி1 நி2
செம்பாலை-அரிகாம் போதி	ச ரி2 க2 ம1 ப த2 நி1
செவ்வழிப்பாலை	
ஈருழைப் பண்	ச ரி1 க1 ம1 ம2 த1 நி1

'கைக்கிளை' சேர்குரல்' = அரிகாம்போதியின் கைக்கிளை(க2)

சுரத்தை குரலாகக்(ச) கொண்டு பண்பெயர்க்க, செவ்வழிப் பாலை உருவாவதை இவ்வாறு சிலம்பு காட்டுகின்றது.

2. சிலப்பதிகார 8 ஆம் காதையான வேனில் காதையில் கோடிப் பாலை (கரகரப்பிரியா பண்) உருவாகும் முறையை இளங்கோவடிகள் விளக்கியுள்ளார்.

"குரல்வாய் இளிவாய் கேட்டனள்" - சிலம்பு வேனில் காதை 8: 35

வாய் = முதல்; இளி=ப என்ற சுரம். குரல் முதலாகக் கொண்டு செம்பாலை (அரிகாம்போதி) பாடி, அரிகம்போதியின் இளி (ப) சுரத்தை குரல்(ச) சுரமாகக் கொண்டு, பண் பெயர்த்து, கோடிப் பாலை (கரகரப்பிரியா) பாடியதை சிலம்பு கூறுகின்றது.

தான சுரங்கள்	ச ரி1 ரி2 க1 க2 ம1 ம2 ப த1 த2 நி1 நி2
செம்பாலை அரிகாம் போதி	ச ரி2 க2 ம1 ப த2 நி1
கோடிப் பாலை (கரகரப்பிரியா)	ச ரி2 க1 ம1 ப த2 நி1

3. சிலம்பு, ஆய்ச்சியர் குரவையாகிய 17ஆம் காதையில் பண்பெயர்ப்பு முறையில் உருவாகும் இரண்டு பண்களைக் காட்டுகிறார்.

கொன்றைக் குழல்	பாலைப்பாணி	சுத்த சாவேரி
ஆம்பல் குழல்	மருதப்பாணி	சுத்த தன்யாசி
முல்லைக் குழல்	முல்லைப்பாணி	மோகனம்

''கொன்றையந் தீங்குழல் கேளாமோ தோழீ''.

''ஆம்பலந் தீங்குழல் கேளாமோ தோழீ''

''முல்லையந் தீங்குழல் கேளாமோ தோழீ''

- சிலம்பு ஆய்ச்சியர் குரவை (17 :(1);(2);(3))

கொன்றை (அம்+ தீம்) குழல் - கொன்றைக் குழல்

தான சுரங்கள்	ச ரி1 ரி2 க1 க2 ம1 ம2 ப த1 த2 நி1 நி2
கொன்றைக்குழல் (சுத்த சாவேரி)	ச ரி2 ம1 ப த2
ஆம்பல் குழல் (சுத்த தன் யாசி)	ச க1 ம1 ப நி1
முல்லைக் குழல் (மோகனம்)	ச ரி2 க2 ப த2

கொன்றை (அம்+தீம்) க்குழல் (சுத்த சாவேரி) பாடி, கொன்றைக் குழலின் (ரி2) வன் துத்தத்தைக் குரலாக (ச) க்கொண்டு பண்பெயர்த்து, ஆம்பல் குழல் (சுத்த தன்யாசி) பாடி, கொன்றைக் குழலின் (ம)சுரத்தை குரல் (ச) சுரமாகக் கொண்டு அல்லது ஆம்பல் குழலின் (க1) மென் கைக்கிளை சுரத்தை குரல் (ச) சுரமாகக் கொண்டு பண் பெயர்த்து, முல்லைக்குழல் (மோகனம்) பாடியதாக

இளங்கோவடிகள் மறைமுகமாகப் பண்பெயர்ப்பு பற்றிக் குறிப்பிடுகின்றார்.

இவ்வாறாக மாயவனைப் புகழ்ந்து ஆய்ச்சியர் பாடியதைப் பண்பாலை (இராகமாலிகை) யாக அடிகளார் காட்டுகின்றார்.

4. சிலம்பு நடுகல் காதையில் பண்பெயர்ப்பில் குறிஞ்சி (படுமலைப் பாலை) என்ற நடபயிரவி பண் வரும் செய்தியை மிகத் தெளிவாக இளங்கோவடிகள் காட்சிப்படுத்துகின்றார்.

"குரல் குரலாக வரு முறைப் பாலையில்

துத்தம் குரலாத் தொன் முறை இயற்கையின்

அம் தீம் குறிஞ்சி அகவன் மகளிரின்" - சிலம்பு நடுகல் காதை 28 :33 - 35

தான சுரங்கள்	ச ரி1 ரி2 க1 க2 ம1 ம2 ப
செம்பாலை -	த1 த2 நி1 நி2
அரிகாம்போதி	ச ரி2 க2 ம1 ப த2 நி1
குறிஞ்சி-நடபைரவி	ச ரி2 க1 ம1 ப த1 நி1

குரல் குரலாக வரும் செம்பாலை (அரிகாம்போதி)யின் துத்த(ரி2) சுரத்தை, குரலாக (ச) க்கொண்டு பண்பெயர்க்க கிடைப்பது குறிஞ்சி என்ற நடபயிரவி.

திணைக்குரிய பெரும்பண் (பாலை, மேளகர்த்தா) மற்றும் சிறுபண்(பாணி-ஔடவப்பண்) களை, அவ்வத்திணைகளிலேயே அமைத்துக் காட்டுவதில் வல்லவர் இளங்கோவடிகள்.

செவ்வழிப்பாலையை நெய்தல் திணையான கானல் வரியிலும், கோடிப் பாலையை (கரகரப்பிரியா) மருதத் திணையான வேனில் காதையிலும், குறிஞ்சிப்பண் (நடபயிரவி) என்ற படுமலைப் பாலையை குறிஞ்சித் திணையின் நடுகல் காதையிலும் அமைத்துக் காட்டும் அடிகளாரின் தமிழிசை மரபின் பெரும் புலமை வியக்கத்தக்கது.

மதுரையில், ஆய்ச்சியர் குரவை நடைபெறும் பொழுது, கொன்றைக்குழல் (சுத்த சாவேரி) என்ற பாலை நிலப் பண், ஆம்பல் குழல் (சுத்த தன்யாசி) என்ற மருத நிலப்பண், முல்லைக் குழல் (மோகனம்) என்ற முல்லை நிலப் பண் என்று வரிசைப்படுத்திக் கூறுகின்றார்.

பாலை நிலம், மருத நிலம், முல்லை நிலம் மூன்றும் கூடும் நகரான மதுரையில் பாடி ஆடப்பெறும் ஆய்ச்சியர் குரவையில் இம்மூன்று நிலப்பண்களை அமைத்துக் காட்டுவது அடிகளாரின் பெரும் பாண் திறம்.

2. குறிப்புகள்

தமிழர் கண்ட ஏழு பண் உருவாக்க முறைகள் பற்றிய விரிவான செய்திகளுக்குப் பார்க்க 'ஆதி இசையின் அதிர்வுகள்' -. நா மம்மது, 'தமிழர் பண் கண்ட முறை' என்ற கட்டுரை.

2. இசைத் துறைச் சொற்பொருள்

1. பண் - பொதுவாக அனைத்துப் பண் (இராகம்)களையும், சிறப்பாக ஏழு சுரப் பண்களையும் (மேளக்கர்த்தா) குறிப்பது.

2. பண்வகை

பண், பாலை, யாழ், தாய்பண், கர்த்தா, மேளம், (மேளகர்த்தா) (ஏழு சுரப்பண்)

பண்ணியல் - ஆறு சுரப்பண் (சாடவம்)

   திறம் - 1. சேய்ப்பண் (ஜன்யராகம், derivative)

      2. ஐந்து சுரப்பண் (ஔடவம்)

   திறத்திறம் - நான்கு சுரப்பண் (சதுர்த்தம், சுராந்தரம்)

3. பாலை - யாழ், பண் (ஏழு சுரப்பண், மேள கர்த்தா)

4. பாணி - குழல் (ஐந்து சுரப்பண்), ஔடவம்

5. பகுதி: 1. திறப்பண், சேய்ப் பண் (ஜன்யராகம், derivative)

      2. பாணி, குழல் (ஐந்து சுரப்பண்) (ஔடவம்)

6. ஏழு சுரப்பண் பெயர்கள்: யாழ், பாலை, பண், பெரும்பண் மேளம், கர்த்தா, மேளகர்த்தா, தாய்ப் பண், சம்பூரணம், hexatonic

7. ஐந்து சுரப்பண் பெயர் : பாணி, குழல், ஔடவம், pentatonic

8. முல்லை நிலப் பெரும் பண் பெயர்கள்: குரல், குரல் பண், குல முதல் பாலை, குரல் பாலை, முல்லையாழ், முல்லை, மங்கலப்பண், முல்லைப்பண், பாலையாழ், செம்பாலை, குழல்பண், தொல் ஏழிசை, அரிகாம்போதி

9. குறிஞ்சி நிலப் பெரும் பண் பெயர்கள்: துத்தம், துத்தப்பண்,

துத்தப்பாலை, குறிஞ்சி, குறிஞ்சியாழ், படுமலை, படுமலைப் பாலை, யாமை, யாமையாழ், கொல்லி, கவ்வாணம், நடபைரவி, கொல்லிக் கவ்வாணம். குறிஞ்சிப்பண்,

10. நெய்தல் நிலப் பெரும் பண் பெயர்கள்:. விளரி, விளரிப் பாலை, விளரிப்பண், காஞ்சி, (தோடி). 2.செவ்வழி, செவ்வழிப் பாலை, செவ்வழியாழ், கைக்கிளைப் பண், நெய்தல் யாழ், நெய்தல், நெய்தல் பண், ஈருழைப் பண், இருமத்திமத் தோடி

11. பாலைநிலப் பெரும்பண் பெயர்கள்: பாலை, பாலையாழ், அரும்பாலை, சங்கராபரணம்.

12. மருத நிலப் பெரும் பண் பெயர்கள்: 1. கோடிப் பாலை, கோடி, கொடிப்பாலை, கொடி, மருதம், மருதயாழ், கரகரப்பிரியா, 2. மேற்செம்பாலை, தழிஞ்சி, தாரம், தாரப்பண், குரல் புணர் நல்யாழ், கல்யாணி.

13. முல்லை நிலச் சிறு பெண் பெயர்கள்: முல்லைப் பாணி, சாதாரி, முல்லையந் தீங்குழல், முல்லைக் குழல், குழல்ப் பாணி, மாயோன் பாணி, ஆயன்குழல், குரல் பாணி, மோகனம்.

14. குறிஞ்சி நிலச் சிறுபண் பெயர்கள்: குறிஞ்சிப் பாணி, செந்திறம், துத்தப்பாணி, வேலன் பாணி, துருத்தி, செந்து, குறிஞ்சிக் குழல், செந்துருத்தி, மாதவி, மது மாதவி, மத்தியமாவதி, குருக்கத்தி.

15. நெய்தல் நிலச் சிறு பெண் பெயர்கள்: நெய்தல் பாணி, நெய்தலந் தீம்பாணி, நெய்தல் குழல், தடவு, மருள், மருள் இந்தளம், வடுகு, இந்தளம், இந்தோளம்.

16. பாலை நிலச் சிறுபண் பெயர்கள்: பாலைப்பாணி,

கொன்றை, கொன்றைக் குழல், கொன்றையந் தீங்குழல், சுத்த சாவேரி.

17. மருத நிலச் சிறு பண் பெயர்கள்: மருதப்பாணி, வேனில் பாணி, வேனல் பாணி, ஆம்பல் குழல், ஆம்பலந் தீங்குழல், காமரம், சீகாமரம், சுத்த தன்யாசி.

18. ஏழு பெரும் பலைகள் (ஏழு சுரப்பண் ஏழு)

வ.எண்	திணை	பாடும் நேரம்	பண்டைப் பெயர்	இக்காலப் பெயர்
1.	முல்லை	மாலை	1.செம்பாலை	அரிகாம்போதி
2.	குறிஞ்சி	யாமம்	2.படுமலைப்பாலை	நடபயிரவி
3.	நெய்தல்	மாலை	3.செவ்வழிப்பாலை 4.விளரிப்பாலை	ஈருழைப் பண்
4.	பாலை	நண்பகல்	5. அரும்பாலை	சங்கராபரணம்
5.	மருதம்	வைகறை	6. கோடிப்பாலை 7. மேற்செம்பாலை	கரகரப்பிரியா கல்யாணி

அன்பின் ஐந்திணைக் கான ஏழு பெரும் (பண்கள்) பாலைகள்.

சிலம்பு ஆய்ச்சியர் குரவைக்கான உரையில் இவ் ஏழு பெரும் பாலைகள் பற்றி குறிப்பிட்டு, பண்பெயர்ப்பில் அவை வரும் முறையும் கூறுகின்றார்.

''..துத்தம் குரலாய்ப்படுமலைப் பாலையும்;

இவ்வாறே திரிக்க இவ்வேழு பெரும்பாலைகளும்

பிறக்கும்..... அவை பிறக்குமாறு:

குரல் குரலாயது செம்பாலை;

துத்தம் குரலாயது படுமலைப்பாலை;

கைக்கிளை குரலாயது செவ்வழிப் பாலை;

உழை குரலாயது அரும்பாலை;

இளி குரலாயது கோடிப்பாலை;

விளரி குரலாயது விளரிப்பாலை;

தாரம் குரலாயது மேற்செம்பாலை;

-சிலம்பு 17 : 13 அடியார்க்கு நல்லார் உரை.

தான சுரங்கள்	ச ரி1 ரி2 க1 க2 ம1 ம2
	ப த1 த2 நி1 நி2
செம்பாலை (அரிகாம்போதி)	ச ரி2 க2 ம1 ப த2 நி1
படுமலைப் பாலை (நடபயிரவி)	நி1 ச ரி2 க1 ம1 ப த1
செவ்வழிப்பாலை (ஈர் உழைப்பண்)	த1 நி1 ச ரி1 க1 ம1 ம2
அரும்பாலை (சங்கராபரணம்)	ப த2 நி2 ச ரி2 க2 ம1
கோடிப் பாலை (கரகரப்பிரியா)	ம1 ப த2 நி1 ச ரி2 க1
விளரிப்பாலை (தோடி)	க1 ம2 ப த1 நி1 ச ரி1
மேற்பாலை (கல்யாணி)	ரி2 க2 ம2 ப த2 நி2 ச

19. ஐவகை நிலத்து ஐந்து சிறுபண்கள் (ஐந்து சுரப்பண்கள்)

தான சுரங்களிள்	ச ரி1 ரி2 க1 க2 ம1 ம2 ப த1 த2 நி1 நி2
முல்லைப் பாணி முல்லை (மோகனம்)	ச ரி2 க2 ப த2
குறிஞ்சிப்பாணி குறிஞ்சி (மத்தியமாவதி)	நி1 ச ரி2 ம1 ப
நெய்தல் பாணி நெய்தல் (இந்தோளம்)	த1 நி1 ச க1 ம1
பாலைப்பாணி பாலை (சுத்தசாவேரி)	ம1 ப த2 ச ரி2
மருதப்பாணி மருதம் (சுத்ததன்யாசி)	க1 ம1 ப நி1 ச

இவை, பண்பெயர்ப்பில் வரும் ஐந்து சிறுபண்கள்; அன்பின் ஐந்திணைக் கான (பகுதி என்ற) ஐந்து சுரங்களுடைய ஐந்து சிறு பண்கள்.

1. Ramanathan.s : Music in cilappathikaram, Madurai kamaraj university, Madurai.

2. Bhagyalakshmi.s: Ragam in Carnatic music, CBH Publication, nagarkovil, 2003

3. Ramachandra Dikshitsar. v.r: cilappathikarm I.I.T.S, Chennai.1997

4. Sathyanarayana.r: Karnataka music As aesthetic form, Motilal banarsidass pub.pvt. ltd., Delhi, 2008

5. Ravi Shankar : my muic, my life, mandala pub. california

6. Joshi.o.p : sociology of oriential music, illus trated pub. Jaipur, 1992

7. Day.c.r : The music and musical instruments of Southern India and the Deccan. Low price pub., Delhi, 2003

8. Alexander wood : The physics of music, Methew & co ltd., w.c.2

9. Deva. B.C : Indian Music, New age International pub, ltd. New Delhi, 1995

10. Ashok DA Ranade : Hindustani music, National Book Trust, India, 2005

11. Regionald and Jamila : The music of India, alhinav pub, New Delhi, 1993

நன்றி; அமெரிக்கா, சிகாகோ, 10வது உலகத்தமிழ் ஆராய்ச்சி மாநாட்டிற்காக அனுப்பப்பட்ட கட்டுரை.

8. சூஃபியின் மொழி

அனைத்து நாடுகளிலும் சித்த மரப்பினர் ஏனைய மானிடர் போல் அல்லாது தனித்த பிறவிகள் போன்றே வாழ்ந்து வருகின்றனர். சமகால சமயச்சிந்தனைகளிலிருந்து அந்நியப்பட்டவர்களாகவே அவர்கள் அறியப்படுகிறார்கள். இந்திய வடக்கு வட்டாரத்தின் கோரக்கர், குருநானக், சபர்கான்காசிம், கபீர்தாசர், பாபாபரீத், நிசாமுதீன் ஆகியோர் சித்தர், நாதர், பந்தி என்ற சொல்லாடல்கள் மூலம் நம் காணும் சித்தர்களே.

தெற்கே தமிழகத்தில் பதினெட்டுச்சித்தர் என்ற நீண்ட நெடிய சித்தர் மரபே நமக்கு உண்டு. அந்தச்சித்தர் மரபை உள்வாங்கிப் பரிணமித்த இசுலாமியச் சித்தர்களே சூஃபிகள். சமூகத்திற்கான மருத்துவம் பெரும்பாலும் சித்தர்களிடமே இருந்துள்ளது. தமிழ்ச் சித்த மருத்துவம் என்பது தமிழகச் சித்தர்கள் அளித்த அருட்பெரும் கொடையே.

சாதி சமய மாச்சரியங்கள் கடந்ததாக மருத்துவம் இருப்பது போல், இசையும் இந்த மாச்சரியங்களைக் கடந்ததாகவே உள்ளது.

எனவே சூஃபிகளும் இசையைக் கையில் எடுத்துக் கொள்கின்றனர். ஒவ்வொரு சூஃபியும் இசைக்காரனாகவே தன்னை அடையாளப்படுத்திக் கொள்கிறான்

இறைச் சேவையும், சமூக சேவையும் ஆற்றிய இசையாளர்களாக 10ற்கும் மேற்பட்ட சூஃபிகளைத் தமிழகம் கண்டுள்ளது. இவர்களில் தலைமையானவர்களாகச் சிலரைக் காணலாம்.

1. கடையநல்லூர் - செய்குனா செய்கு உதுமான் அலி (1699 - 1784)

2. கோட்டாறு - செய்கு முகையத்தீன் மலுக்கு முதலியார் என்ற ஞானியார் சாகிபு (1753 - 1794)

3. குணங்குடி - மஸ்தான் சாகிபு (மறைவு 1842) இவர் தொண்டியில் பிறந்து சென்னையில் மறைந்தவர்.

4. மேலப்பாளையம் - முகைதீன் பசீரெடு (1731 - 1801)

5. தக்கலை - பீர் முகமது என்ற பீரப்பா

6. காலங்குடி - மச்சரேகைச் சித்தர்

7. காயல்பட்டினம் - நூகு சவியுல்லா

8. கல்லிடைக்குறிச்சி - கலிப்பத்து சைகு சாகுல் கமீது

ஆண் சூஃபியர் மட்டும் அல்லாது பெண் சூஃபி ஞானியர் பலரையும் தமிழகம் கண்டுள்ளது.

1. கீழக்கரை - சையது ஆசியா உம்மா (1865 - 1947)

2. தென்காசி - இறசூல் பீவி

3. இளையான்குடி - கச்சிப்பிள்ளை அம்மாள்.

தமிழக சூஃப்பியர் பல்வேறு இசைத்தளங்களில் தங்களை அடையாளப்படுத்துகின்றனர்.

கற்றறிந்த புலவர்களின் செய்யுள் வடிவங்களான வெண்பா, ஆசிரியப்பா, கலிப்பா, கீதம், கீர்த்தனை, புராணங்கள், அந்தாதி, உலா, பரணி, கலம்பகம், கோவை, பிள்ளைத்தமிழ், சதகம், வண்ணம் என்பவை மட்டுமல்லாது, பாமரர் விரும்பும் கும்மி, சிந்து, ஆனந்தக் களிப்பு, பள்ளு, கண்ணி, குறம் ஆகிய எளிய இனிய இசை வடிவங்களையும் கையாண்டுள்ளனர் இந்தச் சூஃபியர்.

கீழக்கரை சையது ஆசியா உம்மா என்ற சூபியார் முனாஜத், மெஞ்ஞான தீபரத்தினம், மலிகா ரத்தினம் என்பது மட்டுமல்லாது தரிருல்லா ஹீன் என்ற அருமையான உரைநடை நூலையும் படைத்துள்ளதாக வரலாறு தெரிவிக்கின்றது.

1910 இல் தனது கணவர் பெயரில் வெளிவந்த பரிமளத்தார் என்ற நூலில் தென்காசி சூஃபியார் ஒப்பற்ற இரகுமான் கண்ணி, பரமானந்தக் கண்ணியும் பாடியுள்ளார்.

இளையாங்குடி கச்சிப் பிள்ளை அம்மாள் மெஞ்ஞானக்கும்மி, மெஞ்ஞான மாலை, மெஞ்ஞானக் குறவஞ்சி பாடி சாமான்ய மக்களின் பாட்டுக்காரியாகவே தன்னை முன்னிலைப் படுத்துகின்றார்.

திருப்பரங்குன்ற மலை மீது பள்ளிகொண்ட சிக்கந்தர் ஒலியுல்லா மீது பாடிய வழிநடைச் சிந்து, சிந்து இலக்கியத்தின் அளப்பரிய வடிவம்.

பாரம்பரிய இசை வடிவம் அல்லாது பல்வேறு புதிய இசை வடிவங்களையும், இந்தச் சூஃபிப் பாடகர்களும், இசுலாமியப் புலவர்களும் நமக்குக் கையளித்துள்ளனர்.

சூஃபிகளின் மசாலா (மஸ்- அலா), முனாஜத்து, படைப்போர், கிஸ்ஸா, நாமா போன்றவை தமிழுக்கான புதிய இசை வடிவங்கள்.

இந்த சூபியர்களை இறைநேசச் செல்வர்கள், ஒலிமார்கள், வலிமாக்கள், அவுலியாக்கள், வலியுல்லாக்கள், அன்பியாக்கள் (அம்பியாக்கள்) என்றே தமிழக மக்கள் அழைத்து வருகின்றனர். தங்களது துன்ப துயரங்களுக்கும், மன அமைதிக்கும், மருத்துவத்திற்கும், விடிவுகளுக்கும் சூஃபிகளிடம் நாடிச் செல்கின்றனர் தமிழ் மக்கள்.

சமய நல்லிணக்கம், சமய ஒற்றுமை, சாதிப்பிணி நீக்கம், தீண்டாமை ஒழிப்பு, என்ற இன்றைய அவசரத் தேவைகளுக்கு இந்தச் சூஃபி ஞானியரிடமே நாம் விடை தேட முடியும். ஏனெனில் ஒவ்வொரு சூஃபியும் தனது வாழ்க்கைப் பயணத்தை சமூகப் பயணமாகவும், மருத்துவப் பயணமாகவும், இறைப்பயணமாகவும், இசைப் பயணமாகவுமே மேற்கொண்டிருக்கின்றான்.

இசையே சூஃபியின் தனி ஆயுதமாகவும் சூஃபியவர்களுக்கான பொது ஆயுதமாகவும் இருந்துள்ளது. இசைமானிடன் கண்டுபிடித்ததல்ல. அது இயற்கையில் இயல்பாகவே இருப்பது. சமூக மானிடரோடும், இறையோடும், தன்னோடும் ஏன் இயற்கையோடும் கூட இயற்கையில் எழுந்த அந்த இசை மொழியிலேயே சூஃபி பேசுகிறான். இசை தன்னுள்ளே அமைதியைக் கொண்டிருப்பதால் அது இந்த சூஃபிக்கும் அவன் வலம் வரும் சமூகத்திற்கும் அமைதியைத் தருகின்றது. ஏனென்றால் சூஃபிகளின் மொழி இசை மொழியே.

9. அப்பாவும் வள்ளலாரும்

கீர்த்தனை என்பது தமிழில் உறுப்படி என்று வழங்கப்படுகின்றது. கீர்த்தனை உருவானது 16ம் நூற்றாண்டு என்பது ஆய்வு அறிஞர்கள் கூற்று. தமிழில் முதன் முதலில் முத்துத் தாண்டவர் காலகட்டத்தில் கீர்த்தனை உருவாயிற்று. முத்துத் தாண்டவர் தமிழ் கீர்த்தனையின் தந்தை ஆவார்.

எடுப்பு / பல்லவி

தொடுப்பு / அனு பல்லவி

முடிப்பு / சரணம்

இம்மூன்றும் கீர்த்தனையின் முக்கிய அமைப்பு ஆகும். தொடக்க காலகட்டத்தில் கீர்த்தனை என்பது

எடுப்பு / பல்லவி

முடிப்பு / சரணம் என்று இருந்தது.

அனு பல்லவி - துணைப்பல்லவி - உபபல்லவி பின்னர் ஏற்பட்டது.

பல்லவி, அனுபல்லவி இன்றி கீர்த்தனை பாடலாம்' ஆனால் சரணம் இன்றி ஒரு பாடலும் பாட இயலாது. சரணம் முற்காலத்தில் "தாழிசை" என்று அழைக்கப்பட்டது. 'மூன்று தாழிசை பெற்று வந்தது'. 'ஒரு பொருள் மேல் மூன்றடுக்கி வந்தது' என்ற கூற்றுக்களின் வாயிலாக இதை அறியலாம்.

2. பீரப்பாவின் கீர்த்தனைகள்:

இவர் வாழ்ந்த காலம் கி.பி 15ம் நூற்றாண்டிற்கும் கி.பி 16ம் நூற்றாண்டிற்கும் இடைப்பட்ட காலம். பீரப்பா தென்காசி என்னும் ஊரில் பிறந்துள்ளார். இவர் சித்தர் மரபைச் சார்ந்தவர். மக்களோடு மக்களாக வாழ்ந்து தக்கலையில் நெசவுத் தொழிலைச் செய்து வந்தவர்.

தமிழுக்குப் பெருமை தரும் விதத்தில் ஆயிரக்கணக்கான பாடல்களைப் பாடி உள்ளார். அதில் 4 கீர்த்தனைகள் உள்ளன. மூன்று வகைத் தாளங்களில் கீர்த்தனைகளை அமைத்துள்ளார்.

பீரப்பாவின் கீர்த்தனையில் உள்ள பண்கள்:

1. புன்னாக வராளி
2. வராளி
3. சாவேரி
4. உசேனி

இந்த நான்கு கீர்த்தனைகளும் மூன்று தாளங்களில் அமைந்துள்ளன.

தாளம்:

1. ஆதி - எட்டன் தாளம்
2. ஏகம் - ஒன்றன் தாளம்

3. உருபகம் - ஆறன் தாளம்

3. வள்ளலாரின் கீர்த்தனைகள்

வள்ளலார் வாழ்ந்த காலம் 19 ஆம் நூற்றாண்டு ஆகும் - தன் வாழ்நாள் முழுவதும் எளிய வாழ்வு வாழ்ந்தவர் வள்ளலார்.

இவர் ஆராயிரம் பாடல்கள் பாடியுள்ளார். வள்ளலார் பாடிய கீர்த்தனைகள்- 41

பண் -21

தாளம் - 6 ஆகும்.

வள்ளலார் கீர்த்தனையிலுள்ள பண்கள்:

1. புன்னாக வாரளி
2. செஞ்சுருட்டி
3. காம்போதி
4. மோகனம்
5. பியாகடை
6. இந்துத் தானி (இது இந்துத்தானி தோடி, தேசிகதோடி என்றும் அழைக்கப்படுகின்றது. இது தற்போதைய சிந்து பைரவி)
7. சங்கரா பரணம்,
8. கமாஸ்
9. காப்பி
10. கல்யாணி
11. உசேனி
12. தன்யாசி

13. பயிரவி

14. தோடி

15. தர்பார்

16. எதுகுல காம்போதி

17. சகானா

18. ஆனந்த பைரவி

19. கருடத் தொனி

20. நட்ட ராகம் (நைவளம் - நாட்டை)

21. பியாக்

இக்கீர்த்தனைகளில் அமைந்துள்ள தாளங்கள்:

1. ஆதி

2. அடதாளம்

3. ஏகதாளம்

4. சாய்ப்பு

5. ரூபகம்

6. அனுசிக தாளம்

இவ்வாறு 6 வகைத் தாளங்களைப் பயன்படுத்தியுள்ளார்.

இது மட்டும் இன்றி வள்ளலார் கீர்த்தனைகளில் கண்ணிகளும், கும்மிகளும் அமைந்து நாட்டார் பாடல்களாகவே உள்ளன. இருவரும் பயன்படுத்திய பொதுவான பண்கள்:

1. புன்னாக வராளி

2. உசேனி

இவை இரண்டும் ஒப்பாய்வுக்கு எடுத்துக் கொள்ளப்படுகின்றன. இந்த இரண்டு பண்களும் நாட்டார் பாடல்களில் பயன்படுத்தியுள்ள எளிய பண்கள். பீரப்பாவின் ஞானக் குறத்தில் அமைந்துள்ள ஒரு கீர்த்தனையைப் பார்க்கலாம். இக்கீர்த்தனை புன்னாகவராளிப் பண்ணிலும், சாய்ப்புதளத்திலும் அமைந்துள்ளது. ''கைதாருங் கைதாரும்'' என்ற பாடல் பல்லவி, அனுபல்லவி, சரணம் என்று கீர்த்தனை அமைப்பில் அமைந்துள்ளது. வள்ளலாரின் 'நெஞ்சொடு கிளத்தல்' என்ற பகுதியில் வரும் ஒரு கீர்த்தனையைப் பார்க்கலாம். இக்கீர்த்தனை புன்னாகவராளிப் பண்ணிலும், ஆதி தாளத்திலும் அமைந்துள்ளது.

'அடங்கு நாள் இல்லா' என்ற கீர்த்தனையே அது. பல்லவி, அனுபல்லவி இல்லை. சரண அமைப்பு மட்டும் உள்ளது. தாளமும் மாறி வருகின்றது.

2. பீரப்பாவின் ஞானப் பூட்டு என்ற பகுதியில் ஒரு கீர்த்தனை அமைந்துள்ளது. இது உசேனிப் பண்ணிலும், ரூபகதாளத்திலும் உள்ளது.

''இரு பொழுது ஒரு நினைவாயிருக்குதே'' என்ற கீர்த்தனையே அது. இப் பாடல் பல்லவி, அனுபல்லவி, சரணம் ஆகிய அமைப்புகளில் உள்ளது. அடுத்து நாம் பார்க்க இருப்பது.

வள்ளலாரின் 'என்ன புண்ணியம் செய்தேனோ' என்ற கீர்த்தனை. இது, பண் உசேனியிலும் அட தாளத்திலும் அமைந்துள்ளது. இப்பாடலில் பல்லவி, அனுபல்லவி, சரணம் என்ற அமைப்பு உள்ளது. மேலும் 'என்ன புண்ணியம் செய்தோனோ-அம்மா' என்ற ஒரு கீர்த்தனையும் வள்ளலார் பாடியுள்ளார்

''என்ன புண்ணியம் செய்தனை நெஞ்சமே'' (சம்மந்தர் 2ம் திருமுறை திருவலஞ்சுழிப் பதிகம்) பாடல்- 1 நட்டராகம்) என்று

திருஞானசம்பந்தர் ஒரு பாடல் பாடியுள்ளார்.

'எத்தனை தவம் செய்தாயோ' என்று தமிழிசை ஆதிமும் மூர்த்திகளின் மூத்தவரான சீர்காழி முத்துத் தாண்டவர் ஒரு கீர்த்தனை பாடியுள்ளார்.

"என்ன தவம் செய்தனை - யசோதா" என்று பாபநாசம் சிவன் ஒரு பாடலைப் பாடலை பாடியுள்ளார்.

இவ்வாறு பல்லவி அடி, வழி வழியாக சம்பந்தர், முத்துத் தாண்டவர், வள்ளலார், பாபநாசம் சிவன் ஆகியோரைக் கவர்ந்ததாக உள்ளது.

இவ்விருவரும் தமது கீர்த்தனைகளில் பல்லவி, அனுபல்லவி, சரணம் என்ற அமைப்பைப் பயன்படுத்தியுள்ளனர்.

1. ஆதி

2. ஏகம்

3. ரூபகம் ஆகிய தாளங்களை இருவரும் பயன்படுத்தியுள்ளனர். நாட்டார் பண்களான, புன்னாகவராளி, உசேனி என்ற இரு பண்களை இருவரும் பயன்படுத்தியுள்ளனர்.

முடிவுரை

இருவரும் காலத்தால் முன் பின் ஆனவர்கள். பிற புலங்களான வட சொற்கள், அரபிச் சொற்கள் இவர்கள் பாடல்களில் வந்துள்ளன. பண், தாளம், பல்லவி, அனுபல்லவி, சரணம் என்ற அமைப்புகளை இருவரும் கையாண்டுள்ளனர். குறம், கும்மி கண்ணிகள் என்னும் நாட்டார் பாடல் வடிவங்களைத் தங்கள் கீர்த்தனைகளில் அமைத்துள்ளனர்.

10.இசுலாமியரின் இசைப்பாடல் பங்களிப்பு

இயல், இசை, நாடகம் என தமிழ் முத்தமிழ். இதைப் போன்று, மூன்று பெரும் பிரிவாக, இயல்பா, இசைப்பா, நாடகப்பா என தமிழ்ப் பாக்களை வகைப்படுத்தலாம்.

1.இயல்பா - செய்யுள் - வாசித்தலுக்குரியது.

2.இசைப்பா - தாளம் பண்ணுடன் பாடுதலுக்குரியது.

3.நாடகப்பா - கூத்துப்பா மற்றும் நாட்டியப்பா; மெய்ப்பாடு காட்டி தானே ஆடுவதற்கும், பிறர் ஆடுவதற்கும் பாடக்கூடியது.

'இசையளவுபா' என்ற ஒன்று பற்றியும் சிலப்பதிகாரம் கடலாடு காதை அடி 35ற்கு உரைகூறும்போது அடியார்க்கு நல்லார் குறிப்பிடுகிறார். இசை - பண்; அளவு - தாளம் (time measure); பண், தாளம் அமைக்க ஏற்ற பாடலானது, இசையளவுபா. சான்று: பரிபாடல்.

பா, பாட்டு, பாடல், கவி, கவிதை, கானம், வரி, காமரம், பாணி, உரு, பண், பனுவல் என்று பல சொற்கள் இசைப் பாடலைச் சுட்ட தமிழில் உள்ளன. 'சாகித்தியம்' என்றும் இக்காலம் அழைக்கின்றோம்.

மேலை நாட்டினர் song, lyric, hymn, musical composition என்றெல்லாம் இசைப் பாடலுக்குப் பெயர் தருகின்றனர்.

இயல்பாவை (செய்யுளை) நாம் படிக்க வேண்டும்; இசைப் பாடலைப் பாட வேண்டும்; நாடகப் பாடலுக்கு ஆட வேண்டும்; நடிக்க வேண்டும்.

இன்பம் தருவதை முதன்மை நோக்கமாகக் கொண்டது இசைப்பாடல். ஏனெனில் ஒலி நலனில் இயற்பா என்ற செய்யுளை விட இசைபாக்கள் சிறந்திருக்கும்.

நெடில் எழுத்துக்களும் மெல்லின ஒற்றுக்களும் இசைப் பாடலில் மிகுந்து வரும்; அவை அளபெடுத்து நீண்டும் வரும். இவ்வாறு நீண்டு வரும் இசை இலக்கணத்தை,

"அளபிறந்து உயிர்த்தலும், ஒற்றிசை நீடலும்

உள என மொழிப இசையொடு சிவணிய

நரம்பின் மறைய என்மானார் புலவர்"

என்று தொல்காப்பியர். ஈராயிரம் ஆண்டுகளுக்கு முன்பே குறிப்பிடுகிறார்.

"கானல்வரி; இஃது இசைப் பாவால் பெற்ற பெயர்". சிலப்பதிகார 'மங்கல வாழ்த்துப்பாடல்; இஃது ஆசிரியப்பாவால் வாராது கொச்சகக் கலியால் வருவதலானு...'என்று சிலப்பதிகாரப் பதிக உரையில்

(அடி.69, 62 - 63) அடியார்க்கு நல்லார் குறிப்பிடுகிறார். (கலிப்பா - இசைப்பா; மங்கல வாழ்த்துப் பாடல் - இசை பாடலால் இயன்றது)

இயல்பா போன்று இசைப் பாடல், நாடகப் பாடல், (கூத்துப் பாடல், நாட்டியப் பாடல்) குறித்தும், தமிழர் நிறையவே பேசியுள்ளனர்.

"இஃது இசைப்பாவின் பகுதி என்ப;
'செந்துறை, வெண்டுறை தேவபாணிய்யிரண்டும்
வந்தன முத்தகமே வண்ணமே - கந்தருவத்
தாற்றுவரி கானல் விரிமுரண் மண்டிலமாத்
தோற்று மிசை யிசைபாச்சுட்டு' - இசை நுணுக்கம்

இசைப்பாக்கள் ஒன்பது வகை என்ப; அவை:-

செப்பரிய சிந்து, திரிபதை, சீர்ச் சவலை, தப்பொன்று மில்லாச் சமபாதம் - மெய்ப்படியும் செந்துறை, வெண்டுறை தேவபாணி, வண்ணமென்ப, பைந்தொடியா இன்னிசையின் பா" - பஞ்ச மரபு.87 (சிலப்பதிகாரம் கடலாடு காதை அடி 35 க்கான அடியார்க்கு நல்லார் உரை மேற்கோள்) 'பாட்டுடைச் செய்யுள் - இசைப்பாட்டுகளை இடையே உடைய தொடர் நிலைச் செய்யுள் - "சிலப்பதிகார பதிகம் 60 - 61. நாட்டார் உரை". பல பாக்களோடு உரைப்பாட்டையும், இசைப்பாட்டையும்" - சிலப்பதிகாரம் பதிகம் 55 - 60 அடியார்க்கு நல்லார்.

பல பாக்கள் - இங்கு 'பா' என்பது இயல் பாவைக் குறித்தது; "பாட்டு, உரை, நூலே - தொல்காப்பியம் செய்யுள் 78

உரை, உரைப்பாட்டு என்பது எதுகை, மோனை முதலிய அணிகளோடு வரும் உரைநடை (வசன நடை)ப் பாடல். இக்கால வசன கவிதை (blank verse, verse libre) இந்த அணிகள் இன்றியும் அமைவது.

எனவே இசைப் பாடல், இசையுடன் கூடியது. பண்ணுடன் அல்லது பண் மற்றும் தாளத்துடன் பாடப்படுவது; பண்ணுடன் மட்டும் பாடப்படுவது தாளமில் உரு (சுத்தாங்கம்).

கீழ்க்கண்ட சான்றுகள் இக்கூற்றிற்கு அரண் செய்யும்;

"பண்சுமந்த பாடல்" - திருவாசகம். திரு அம்மானை

"பண்ணார் பாடல் பத்தும்" - சம்பந்தர் தேவாரம் திருபூவனப் பதிகம் 11

பண் என்னாம் பாடற்கு இயல்பின்றேல் - குறள் 573

இசைப் பாடல்களைக் கீழ்க்கண்டவாறு வகைப்படுத்தலாம்:

நாட்டார் பாடல், நாடகப் பாடல், நாட்டியப் பாடல், அரங்கிசைப் பாடல், பத்திமைப் பாடல், (பக்திப் பாடல்), பொதுப் பாடல் (விழாப் பாடல், வாழ்த்துப்பாடல், தொழில்சார் பாடல், ஞானப் பாடல், சந்தப் பாடல், வண்ணப் பாடல், சிந்துப் பாடல் முதலியன)

இப்பாடல் வகைமைகள் கீழ்க்கண்டவாறு விரிவு பெறும்:

1). நாட்டார் பாடல்

தாலாட்டு, கும்மி, குரவை, இரங்கல்பா, ஒப்பாரி, (புலம்பல்), தென்பாங்கு, (தெம்மாங்கு) ஏசல், நலுங்கு, ஊஞ்சல் பாட்டு, (ஊசல்வரி), பந்தடிப் பாட்டு (கந்து கவரி) அம்மானைப் பாட்டு (அம்மானை வரி), உரல் பாட்டு (வள்ளைப்பாட்டு) ஆற்றுவரி, சாத்து வரி, முகமுடை வரி, முகமில் வரி, முரிவரி, விடுகதைக்கவி, கதைப்பாடல், கப்பல் பாட்டு, அம்பாப் பாட்டு, பொற்சுண்ணம், கோத்தும்பி, தெள்ளேணம், சாழல், உந்தி, தோள்நோக்கம் முதலியன.

2. அரங்கிசைப் பாடல்

செந்துறைப்பாட்டு என பண்டையோர் அழைத்துள்ளனர். உருப்படி (கீர்த்தனை) பனுவல்(கிருதி), கீதம், வண்ணம் (வர்ணம்), பதம், பதம் வண்ணம், சுரசதி, சாவளி, தில்லானா, பண் ஆளத்தி, (இராக ஆலாபனை), தாள ஆளத்தி, (இலயவின் யாசம்) நிரவல் (பாடுதல்), பல்லவி (பாடுதல்) தாளமில் உரு (சுத்தாங்கம் தொகையறா, விருத்தம், சுலோகம், பத்யம்).

3. நாடகப் பாடல் (கூத்துப் பாடல்)

வெண்டுறைப்பாட்டு என பண்டையோர் அழைத்துள்ளனர். பாட்டுமடை, கடகண்டு, வஞ்சிப்பாட்டு, மோதிரப் பாட்டு (தொல்காப்பிய செய்யுள் இயல் 180 ஆம் நூற்பாவில் வரும் 'பண்ணத்தி' என்பதற்கான பேராசிரியர் உரை) தோடயம், மங்களம், தரு, திபதை, கட்கா, இலாவணி, குரவைப் பாடல், குறம், குறவஞ்சி, பள்ளு, தர்க்கப் பாடல் முதலியன.

4. நாட்டியப் பாடல் (ஆட்டுப் பாடல், ஆடற் பாடல்)

சதி, (சொற்கட்டு), அலாரிப்பு, (புஷ்பாஞ்சலி), சதிசுரம் (சதீஸ்வரம்), பதம், பதவண்ணம், சப்தம், தில்லாணா, சாவளி முதலியன.

5. பத்திமைப் பாடல்

பெருந்தேவ பாணி, சிறு தேவபாணி, அலங்காரம், அனுபூதி, கவசம், நாமாவளி, 1000 திருப்பெயர், (சகஸ்ர நாமம்) திருப்பள்ளி எழுச்சி, திருப்பாவை, பல்லாண்டு முதலியன.

6. பொதுப்பாடல்

இப்பாடல் வகைகள் கீழ்க்கண்டவாறு எட்டுக்கும் மேற்பட்ட உள்வகைமை பெற்று வரும்

1) விழாப் பாடல்

கோவில் கொடை விழா, கந்தூரி விழா, மௌலத்து விழா

2) வாழ்த்துப் பாடல்

திருமண வாழ்த்து, (மங்கல வாழ்த்து) , மழைப்பாடல், (மழைப் பைத்து) மாப்பிள்ளை வாழ்த்து (மாப்பிள்ளை பைத்து)

3) தொழில் சார் பாடல்

உழவுப்பாடல் (ஏர் மங்கலம்), நடவுப்பாட்டு, பொலிப்பாட்டு, ஐலேசா பாட்டு, வண்டிக்காரன் பாட்டு, ஓடப் பாட்டு, ஏற்றப்பாட்டு (இறவைப் பாட்டு)

4) ஞானப் பாடல்

ஞான உலா, ஞான ஊஞ்சல், ஞானக்கும்மி, ஞானக்குறம், ஞானக்குறவஞ்சி, ஞானமாலை.

5) சந்தப் பாடல்

சந்த ஆசிரியத்துறை, சந்த ஆசிரியத் தாழிசை, சந்த ஆசிரிய விருத்தம், சந்த வெண்டுறை, சந்த வெண்டாழிசை, சந்த வெளி விருத்தம், சந்த வஞ்சித்துறை, சந்த வஞ்சித்தாழிசை, சந்த வஞ்சிவிருத்தம், சந்தக் கலித்துறை, சந்தக் கலித்தாழிசை, சந்தக் கலிவிருத்தம்.

6) வண்ணப் பாடல்

வண்ண ஆசிரியத்துறை, வண்ணஆசிரியத் தாழிசை, வண்ண ஆசிரிய விருத்தம், வண்ண வெண்டுறை, வண்ண வெண்டாழிசை, வண்ண வெளி விருத்தம், வண்ண வஞ்சித்துறை, வண்ண வஞ்சித்தாழிசை, வண்ண வஞ்சிவிருத்தம், வண்ணக் கலித்துறை, வண்ணக் கலித்தாழிசை, வண்ணக் கலிவிருத்தம்.

7)சிந்துப் பாடல்

கண்ணி, நொண்டிச் சிந்து, காவடிச் சிந்து, ஆனந்தக் களிப்பு, வளையல் சிந்து, பாங்கிமார், கிள்ளை, பாப்பா, தங்கம், கண்ணாடி, குள்ளதாரா, வெண்ணிலா, தேவடி, முருகன், பூவடிச் சிந்து, உடுக்கை, கலியுகம், ஓடம், கள்ளுக்கடை, புறா, சேவல், புகைவண்டி, சாவு, கோலாட்டச் சிந்து, ஆத்திச்சூடி, திருப்புகழ், தன்னானே, தில்லாலே, ஏலேலோ, ஐலசா, கொலைச் சிந்து, வினா விடைச் சிந்து என நூற்றுக்கும் மேற்பட்ட சிந்து வகைகள் உள்ளன.

8) பாவினப் பாடல்

பாவினங்களான துறை, தாழிசை, விருத்தம் ஆகியன பாவகைகளோடு சேர்ந்து பாவினப் பாடல்களாக உருக்கொள்ளும். அவை:-

ஆசிரியத்துறை, ஆசிரியத்தாழிசை, ஆசிரியவிருத்தம், வெண்டுறை, வெண்டாழிசை, வெளிவிருத்தம், வஞ்சித்துறை, வஞ்சித்தாழிசை, வஞ்சிவிருத்தம், கலித்துறை, கலித்தாழிசை, கலிவிருத்தம். தாழிசை அடுக்கி வந்து ஒத்தாழிசையாகவும், குரள்மிடை மண்டிலமாகவும், இரட்டை ஆசிரிய விருத்தம் என்ற பன்னிருசீர் சந்த விருத்தமாகவும் இன்னும் பலவாறும் பாவினப் பாடல்கள் விரிவு பெறும்.

தமிழின் இசைப் பாடல் மரபுக்கு இசுலாமியர் அளித்துள்ள பங்களிப்பு பற்றி சிலவற்றைப் பார்க்கலாம்:

1.நாட்டார் பாடல்

தாலாட்டு: இசுலாமியர் பாடிய நாட்டார் பாடல் வகைகளில் முதன்மை பெறுவது தாலாட்டு.

"கண் படை கண்ணிய கண் படை நிலையும்" - தொல். புறத்திணை.29 என்ற (கண் படை - தூக்கம்) தொல்காப்பியர் கூற்றில் தாலாட்டு என்ற இசைப் பாடல், கால் கொள்கிறது. காளை அசனலிப்புலவரின் 'பஞ்சரத்தினத் தாலாட்டு', 'மீரான் தாலாட்டு', தேங்காய்ப் பட்டினம் சர்புதீன் மிஸ்பாகியின் முஸ்லிம் தாலாட்டு மற்றும் 'மஹிபத்தின் தாலாட்டு', 'மணி மந்திரத் தாலாட்டு'; ம.பெரிய சாமித் தூரன் தொகுத்த 'ஆக்காட்டி' பாடல் போல, தென் தமிழக இசுலாமியப் பெண்டிர் பாடும் 'மாடப்புறாவே' பாடல் மிக இனிமையானது. இளங்காக் குறிச்சி சீனத் அம்மாள் தொகுத்த தாலாட்டுப் பாடல் குறிப்பிடத்தக்கது.

கும்மி

இளையாங்குடி கச்சிப்பிள்ளையம்மாளின் மெஞ்ஞானக் கும்மி; மாப்பிள்ளைலெப்பை ஆலிம் பாடிய 'சீவிய சரித்திரக் கும்மி', முகமது காசிம் புலவரின் 'காரண அலங்காரக் கும்மி', 'சிங்காரக் கும்மி' என 18 கும்மி இலக்கியங்களை இசுலாமியர் பாடித் தமிழுக்கு அணி செய்துள்ளனர்.

ஒப்பாரி

இதைக் 'கையறு' நிலை என்பார் தொல்காப்பியர். சிலப்பதிகாரத்திலுள்ள 'ஊர் சூழ்வரி'யும் கம்பரின் 'தாரை', 'மண்டோதரி' யின் புலம்பலும் ஒப்பாரி வடிவங்களே. ஆயினும் இறப்பு வீட்டில் அழுவதும், ஒப்பாரி பாடுவதும் இசுலாமிய மரபல்ல. இருப்பினும் ஞான இலக்கியங்களாக 'ஒப்பாரி' பாடியுள்ளனர் இசுலாமியப் புலவர்கள். இலங்கை அட்டாளைச் சேனை கி.மு அப்துல் ரகுமான் ஆலீம் புலவர் பாடிய 36 ஞான ஒப்பாரிப் பாடல்களும், சையது அலி வாகை குரு மஸ்தான் பாடிய

ஞான ஒப்பாரியும், ஒப்பாரி இலக்கியங்களாகத் தமிழில் வலம் வருகின்றன.

அரங்கிசைப் பாடல்கள்

உருப்படி (கீர்த்தனை) என்ற இசைப் பாடல், அரங்கிசைப் பாடல் மரபில் முக்கியத்துவம் பெறுகின்றது. கீர்த்தனை இசுலாமியப் புலவர் மரபில் 'பதம்' என்றே அழைக்கப்படுகின்றது.

1811 இல் புலவர் செய்யது அபுபக்கர் பாடிய சீறாப்பதம் என்ற சீறாக் கீர்த்தனை தமிழுக்கான மாபெரும் கொடை. 3 காண்டம்; 63 படலம்; 565 விருத்தம்; 263 பதம் என பெரும் கீர்த்தனை இலக்கியமாகத் திகழ்கிறது. கம்பரின் இராமாயணத்தை அடியொட்டி அருணாச்சலக் கவிராயர் இராம நாடகத் கீர்த்தனை பாடியது போல 'சீராபுராணத்தை' அடியொட்டி 'சீறாக் கீர்த்தனை' பாடப்பட்டுள்ளது. இவ்வகையில் குணங்குடியார் 22 கீர்த்தனைகள் பாடியுள்ளார். 'இரக்கத் துணிந்து கொண்டேனே' என்ற குணங்குடியாரின் ஆனந்தக் களிப்பும் பல்லவியுடன் அமைந்த கீர்த்தனையே.

1). **அப்பாசு நாடகம்**

இதன் பதிப்பு 1884; ப.வெ.முகமது இப்ராகிம் சாகிப் இதன் ஆசிரியர். இதுவும் கீர்த்தனை நாடகமே.

2) **லால் கௌளர் நாடகம்**

1901- ல் பதிப்பிக்கப்பட்ட இந்நாடகத்தின் ஆசிரியர் நாகூர் முகமது நயினா மனரக்காயர். இந்துஸ்தானிப் பண்களை இந்நாடகத்தில் ஆசிரியர் கையாண்டுள்ளார். இதுவும் கீர்த்தனை நாடக வடிவுடையது.

3) தையார் சுல்தான் நாடகம்

1881 இல் பதிப்புப் பெற்ற இந்நாடகத்தின் ஆசிரியர் நம்புதாழை சின்ன வாப்பு. வண்ணத் தருக்ககளால் நிறைந்த இந்த நாடகமும் ஒரு கீர்த்தனை நாடகமே.

4) சீதக் காதி நொண்டி நாடகம்

நாதநாமக்கிரியை, பூபாளம், மோகனம், முதலிய நாட்டார் பண்களைத் தாங்கி வரும் இந்நாடகம், தமிழின் முதல் நொண்டி நாடகமாகக் கருதப்படுகிறது. 222 நொண்டிச் சிந்துகளைக் கொண்டது இந்நாடகம். மேலும், அதிராம் பட்டிணம் செய்யது மீராலெப்பை படைத்த மகுடி நாடகம் மற்றும் சாந்து ரூபி நாடகம், புகாசு நாடகம் முதலியன இஸ்லாமியர் தமிழ் நாடக உலகிற்கு அளித்த கொடையாகும். பள்ளு இலக்கியங்களும், குறம், குறமாது, குறவஞ்சி முதலியனவும் நாடக இலக்கியங்களே.

தக்கலையார் படைத்த ஞானரத்தினக் குறவஞ்சி, பதினெண் சித்தர் பெரிய ஞானக்கோவையில் இடம் பெற்ற பெருமையுடையது. அவர் படைத்த ஞானக்குறம், பிசுமில் குறம் மற்றும் மீரான் கனி அண்ணாவியார் உருவாக்கிய குறமாது, கச்சிப் பிள்ளை பாடிய மெஞ்ஞானக் குறவஞ்சி ஆகிய படைப்புகளும் நாடக இலக்கியங்களாகவே அறிஞர் பெருமக்களால் போற்றப்படுகிறது. ஏனைய குறவஞ்சி நாடக இலக்கியங்களில் வருவது போன்ற சிற்றின்பச்செய்திகள் இந்நாடக நூல்களில் வருவதில்லை.

குறவஞ்சியில் பல கதைப் பாத்திரங்கள் வர 'குறம்' என்பது குறத்தி மட்டுமே வரும் நாடக இலக்கியமாக உள்ளது. மற்றொரு

நாடக இலக்கியமான திருமக்காப்பள்ளு, சிந்துப்பாடலால் இயன்றது. பண், தாளத்துடன் பாடல்கள் வருகின்றன. ‘துள்ளல்’ என்ற பாடல் வகை இந்நாடக நூலில் கையாளப்பட்டுள்ளது.

‘மெஞ்ஞானத் திருப்பாடல் திரட்டு’ பாடியதின் வாயிலாக, கீர்த்தனை இலக்கியத்திற்கு கோட்டாறு ஞானியார் சாகிபு குறிப்பிடத்தக்க பங்களிப்புச் செய்துள்ளார். தக்கலை பீர்முகமது அப்பாவின் ஞானக்குறம் 3 கீர்த்தனைகளையும், ‘ஞானப்பூட்டு’ ஒரு கீர்த்தனையையும் வழங்கியுள்ளது. ஞானக்குறத்தில் வரும் ஒருமைத்தாள சாவேரிப் பண்ணில் அமைந்த ‘அலிபுலாமீம்’ என்ற கீர்த்தனை 16 தாழிசை (சரணம்) கொண்டது. ‘ஆதிதிரு வாசலிது’ - ஆறன் தாளத்தில் வராளிப் பண்ணில் 28 தாழிசை பெற்றுள்ளது. ‘கைதாரும்’ என்ற கீர்த்தனை சாய்ப்புத் தாளத்தில் புன்னாக வராளிப் பண்ணில் 21 தாழிசையாக வருகின்றது. ‘ஞானப் பூட்டு’ தரும் ‘ஒருபொழுது’ என்ற கீர்த்தனை ஆறன் தாளத்தில் உசேனிப் பண்ணில் 3 தாழிசை பெற்று, ஒரு பொருளின் மேல் மூன்றடுக்கி’ வரும் தாழிசைக் கீர்த்தனை வடிவாகத் தன்னை வரவு செய்கிறது. தக்கலையாரின் ஈடேற்ற மாலை’ எடுப்பு (பல்லவி), தொடுப்புடன் (அனுபல்லவி) 46 தாழிசை பெற்று மிக நீண்ட கீர்த்தனைகளுள் ஒன்றாக மலர்ந்துள்ளது. இவ்வாறு இசுலாமியப் பாடகர்கள் 11 கீர்த்தனை இலக்கியங்களைத் தமிழில் பாடியுள்ளனர்.

3. நாடகப் பாடல்

தமிழில் நாடக நூல்கள் மிகக் குறைவு. அதைப் போக்கும் விதமாக அநேக நாடக நூல்களைப் படிக்கவும், நடிக்கவும் ஏற்ற இலக்கியங்களாக இசுலாமியப் புலவர்கள் ஆக்கித் தந்துள்ளனர்.

1) அலி பாதுசா நாடகம்

இராஜா நாயகம், குத்பு நாயகம், தீன் விளக்கம் ஆகிய முப்பெரும் காப்பியங்களைத் தமிழுக்குத் தந்தவர்; மற்றும் 'சீறாவண்ணம்' என்ற கீர்த்தனை இலக்கியத்தை தந்தவர் என்ற பெருமைக்கு உரியவர் மதுரை மீசல் வண்ணக்களஞ்சியப் புலவர். இவருடைய இயற்பெயர் முகமது இபுறாகிம். 1820 காலகட்டத்தைச் சேர்ந்தது இந்நாடகம். சிங்கன், சிங்கி நாடக மரபைக் கொண்ட இந்நாடகம் ஒரு கீர்த்தனை நாடகமாகும். 29 பண்களையும், 8 தாளங்களையும் இந்நாடகத்தில் புலவர் கையாண்டுள்ளார். செய்தக்காதி மரக்காயர் திருமண வாழ்த்து, 448 கண்ணிகளால் இயன்ற வாழ்த்து இலக்கியம். மேலும் அல்லா பிச்சைப் புலவர் பாடிய 'கதிசா நாயகி திருமணவாழ்த்து' இசுலாமியத் திருமணங்களில் பெண்களால் பாடப்பட்ட மரபை உடையது.

2)மழை வாழ்த்து

வள்ளுவரின் 'வான்சிறப்பு' மற்றும் இளங்கோ அடிகளின் 'மாமழை போற்றுதும்' என்பன சிறந்த மழை வாழ்த்து மரபின் தொடக்கப் புள்ளிகள். வான்பொய்த்த போதெல்லாம் மழை வாழ்த்து (மழை பைத்து) பாடிவரும் மரபு தமிழக இசுலாமியருடையது. சீறாப்புராணம் 'மழையழைத்த படலம்', நெய்னா முகமது பாவாப் புலவரின் 'மழைப்பாட்டு' முதலியன இவ்விலக்கிய வகைமையின் நற்கூறுகள்.

3) ஞானப் பாடல்கள்

தமிழின் முதல் ஞான இலக்கியம் சேரமான் பெருமாள் நாயனாரது திருக்கைலாய ஞான உலா. உலா இலக்கியத்திலும்

முதன்மை பெறுவது; ஆதலால் இது ஆதி உலா என்றழைக்கப்படுகிறது. இசுலாமியத் தமிழ்ப் புலவர்கள் மெஞ்ஞான இலக்கியங்களாகவே பற்பல நாட்டார் மரபுகளையும் பாடியுள்ளனர். இளையாங்குடி கச்சிப்பிள்ளையம்மாளின் மெஞ்ஞான ஊஞ்சல், மெஞ்ஞான மாலை, மெஞ்ஞானக் குறவஞ்சி, மெஞ்ஞானக் கும்மி மிகச்சீரிய இசைப் பாடல் வடிவங்களைக் கொண்டது. தக்கலையாரின் ஞானரத்தினக் குறவஞ்சி, ஞானப் பூட்டு, ஞான ஆனந்தக் களிப்பு, ஞானப்பாடல், கீழ்க்கரை ஆசியா உம்மாவின் மெஞ்ஞான தீபரத்தினம் முதலியன குறிப்பிடத்தக்க இசுலாமியரின் ஞான இலக்கியங்கள்.

4) சந்தப் பாடல்

கி.பி 11 - 12 ஆம் நூற்றாண்டு கால அளவில் முதல் இசுலாமிய இலக்கியம் பதிவு பெறுகின்றது. அவ்வகையில் முதல் இலக்கியமே சந்தப் பாடல்களால் ஆன பல் சந்தமாலை. பேராசிரியர் திரு. வையாபுரி பிள்ளையால் பதிப்பிக்கப் பெற்ற களவியல் காரிகை என்ற அகப்பாடல் உரையில் காட்டுப் பாடல்களாக 8 பாடல்கள் 'பல்சந்தமாலை'யிலிருந்து எழுத்தாளப்பட்டுள்ளன.

4. நாட்டிப் பாடல்

இசுலாமிய பரபில் நாட்டியப் பாடல் ஆக்கம் குறைவே; இருப்பினும் தமது கீர்த்தனைகளைப் 'பதம்' என்றே இசுலாமியப் புலவர் அழைத்துள்ளனர். கீர்த்தனைப் பாடல்களில் நாட்டியச் சதிகளையும் அவர்கள் அமைக்கத் தவறவில்லை. ஞானக்குறம் 21ஆம் பாடலில் பல்வேறு தாளக் கருவிகளைக் கூறும் பொழுது,

''தத்தி தித்திமிக் கூத்து முழக்கமும்'' என்று நாட்டியச் சொற்களைத் தக்கலையர் அமைத்துள்ளார். மேலும் அப்பா பாடிய 'ஞான நடனம்' ஆறுசீர்க் கழி நெடிலடி ஆசிரியச் சந்த விருதத்தால் அமைந்து, நாட்டியம் ஆடுவதற்கே அமைந்தது போல் உருவாக்கப்பட்டுள்ளது.

5. பத்திமைப் பாடல்

திருச்சைவ, திருமாலியப் பக்தி இலக்கியங்கள் போல் தமிழுக்குப் பத்திமை மரபில் அதிக இலக்கியம் தந்தவர்கள் இசுலாமியப் புலவர்கள். இப்பத்திமைப் பாடல்களை அரங்கிசை, (கர்நாடகஇசை - செவ்வியல் இசை) முறையில் பாட வல்லவர்களாக வலம் வந்த நாகூர். எஸ். எம். ஏ. காதிர், குமரி அபுபக்கர், உசேன் பாகவதர், இசைமணி யூசுப் முதலியோர் தனித்துவம் பெற்றவர்கள். மெல்லிசை வல்லவர்களாக நாகூர் இ.எம். அனிபா, காயல் சேக், நெல்லை அபுபக்கர், இராமானதாபுரம் சீனி முகமது, மதுரை இராசபார்ட் இராசா என்ற சாகுல் கமீது முதலியோர் மாற்றுச் சமயத்தாராலும் போற்றப்படும் இசைப்பாடகர்கள்; தமிழகத்தின் பத்திமை உலகத்திற்குக் கிடைத்த மாபெரும் கொடைகளாவர் இப்பாடகர் பெருமக்கள்.

6. பொதுப்பாடல்

1) திருமண வாழ்த்து

வாழ்த்துப் பாடல்களால் அமைந்த இலக்கியங்களில் திருமண வாழ்த்து முதன்மையானது. தமிழ் இலக்கியத்தில் பதிவு பெற்ற முதல் திருமண வாழ்த்து சிலப்பதிகாரத்தின் முதல் காதையாக வரும் 'மங்கல வாழ்த்துப்பாடல்' (மங்கலம் = திருமணம்) ஆனால் முழு இலக்கிய வடிவாக 'திருமண வாழ்த்து' என்ற புத்திலக்கியம் படைத்தவர்கள் இசுலாமியரே.

மானாக மேவந்த மக்காவில் வாழ்

தேனாவி லேவந்த செப்பலோசையாய்

மீனாக மேகொண்ட மெய்த்தூதரே

தீனாவ தேதென்று செப்பீர் மனே (ஆயிரமஸ்-அலா 71) சிந்தடிகள் நான்கு அளவெடுத்து ஓரெதுகையால் தொடுக்கப் பெற்று வந்தமையால் இதனை வஞ்சி விருத்தம் எனல் வேண்டும். ஒவ்வோரடியிலும் சந்தம் ஒத்த 5,5,7 மாத்திரைச் சீர்களைப் பெற்று வந்தமையால் இது சந்த வஞ்சி விருத்தமாகும். அதனுடன் நான்கடிகளிலும் உள்ள சீர்கள் குறிலுக்குக் குறில், நெடிலுக்கு நெடில், வல்லொற்றுக்கு வல்லொற்று, மெல்லொற்றுக்கு மெல்லொற்று என ஒன்றி வருவதால் இது,

'தானான தாதந்த தத்தான னா' என்ற சந்தக் குழிப்பாக வந்த வண்ண வஞ்சி விருத்தம் என்றும் சொல்லுமாறு அமைந்துள்ளது.

இசை நலம் தோய்ந்த உள்ளத்திலிருந்து தான் இத்தகைய பண்ணொழுகு பாடல்கள் பிறக்க முடியும். வண்ணப் பரிமளப் புலவர் என்ற பெயர் இவருக்கு காரணப் பெயராய் அமைந்திருக்கலாம். என்பதைக் கூறும் சான்றாக இப்பாடல் விளங்குகிறது''.

-இரா திருமுருகன் இசுலாம் வளர்ந்த இசைத் தமிழ் பக்கம் -58

பட்டினத்தாரின் உடல் கூற்று வண்ணம், தாயுமானாரின் வண்ணயாப்புகள் தமிழுக்கு அணி செய்பவை. வண்ணம் பாடுவதில் சிகரம் போன்றவர் அருணகிரியார். அவர் 1300 வண்ணப் பாடல்களை 1008 சந்தங்களில் பாடிய தனிப் பெருமை உடையவர். அவரை அடியொற்றி காசிம் புலவர் பாடிய திருப்புகழ்

141 வண்ணப் பாடல்களைக் கொண்டது; அருள்வாக்கி அப்துல் காதிர் புலவர் 1000 வண்ணப் பாடல்களால் ‘சந்தத் திருப்புகழ்’ பாடியுள்ளார். யாழ்ப்பாணம் சு.அசனாலெப்பையார் பாடிய ‘நவரத்தினத் திருப்புகழ்’, கோட்டாறு ஞானியார் சாகிப்பின் ஞானத் திருப்புகழ் முதலியன தமிழன்னைக்கு வண்ணப் பாடல் மரபின் அணிகளாகத் திகழ்கின்றன.

தொல்காப்பியர் அகம்பற்றி பேசிய பின்னரே, புறம் பற்றிப் பேசுகிறார். முதல் இசுலாமிய இலக்கியமும் ‘அகம்’ பற்றிய இலக்கியமாக உருப்பெற்றிருப்பது மேலும் சிறப்பிற்குரியது. இன்று வழக்கிழந்து வரும் இரட்டை ஆசிரிய விருத்தம் என்னும் பன்னிரு சீர் சந்தவிருத்தம் குணங்குடியாரால் பாடப்பட்ட பெருமை உடையது. 212 சந்தப்பாடல்கள் பாடிய சிறப்புக்குரியவர் குணங்குடியார்.

5) **வண்ணப் பாடல்கள்**

சந்த வண்ணப் பாடல்கள் தாளத்தை முதன்மையாகக் கொண்டவை. வண்ணப் பாவும் திருப்புகழும் இணைந்து வருவது தமிழ் மரபு. தொல்காப்பியர் 20 வண்ணங்கள் பற்றிப் பேசுகின்றார்.

சந்தப்பாவும் வண்ணப்பாவும் ஒன்றல்ல. வண்ணப்பாடல் என்பது ‘சந்தக் குழிப்பு’ சிறிதும் தவறாமல் பாடப்படும் இசைப் பாடல். மூவின எழுத்துக்களைக் கொண்டு ஓரின எழுத்து உள்ள இடத்தில் மற்றோர் இன எழுத்து வராமல் அமையப்பெற்று, குறில் வந்த இடத்தில் குறிலும், நெடில் வந்த இடத்தில் நெடிலுமாகப் பொருந்தப் பாடுவது வண்ணப்பா....'' (தமிழிசைப் பேரகராதி பக்கம் 440) பாடலில் ‘‘தளைகளின் சேர்க்கையால் ஏற்படும் ஓசை

- சந்தம்; மாத்திரையும், எழுத்தினமும், சீரும் ஒத்து வருவதால் ஏற்படும் ஓசை - வண்ணம்.

எனவே, அனைத்து வண்ணப் பாடல்களும் சந்தப் பாடல்கள்; எல்லாச் சந்தப் பாடல்களும் வண்ணப் பாடல்கள் அல்ல. (மேலது பக்கம் 448) தனன தந்தன என்ற சந்தத்தில் அமைந்த ''முரசியம் பின, முருடதிர்ந்தன முறையெழுந்தன' என்று வரும் சிலப்பதிகார மங்கல வாழ்த்துப் பாடலே (அடி 46) தமிழின் முதல் வண்ணப் பாடல்.

கி.பி 1572 (ஹிஜ்ரி 980) ஆம் ஆண்டில் பாடப்பட்ட 'அதிசயபுராணம்' என்ற ஆயிரமஸ் - அலாவின் ஆசிரியர்; 'வண்ணப் பரிமள புலவர்' என்றே அறியப்படுகின்றார். அவருடைய இயற்பெயர் செய்கு முதலி இஸ்காக். மதுரைத் தமிழ் சங்கத்தில் இக்காப்பியம் அரங்கேற்றப்பட்டதாகக் கூறப்படுகின்றது. வண்ணங்கள் நிறைந்த காப்பிய வடிவ நூல்.

சிந்து

தமிழில் 50க்கும் மேற்பட்ட சிந்து வகைகள் வழங்கி வருகின்றன. காவடிச் சிந்தும், கரகச் சிந்தும் இன்றும் மக்களை மயக்கும் பாடல் வடிவம் மற்றும் ஆட்ட வடிவம்.

சீனி அப்துல் காதர் முகைதீன் பாடிய 'நவநீத ரத் நாலங்காரச் சிந்து' புதுமையாக ஒட்ட நாடக மெட்டில் அமைந்துள்ளது; நொண்டிச் சிந்தால் அமைந்த பாடல்களும் இதில் உண்டு. இதிலுள்ள 'மாதப்பதிகம்' தமிழுக்குப் புதியது. செய்கு அப்துல் காதிர் புலவர் வண்ணங்களால் இயன்ற சிந்துப் பாடல்களால் 'பயகம்மர் அவதாரப் பலவண்ணச் சிந்து' பாடியுள்ளார். 'கப்பல் சிந்து' என்ற புதிய சிந்து இலக்கியத்தை இசுலாமியப் புலவர்

பாடியுள்ளனர். 'கஸ்தூரிச் சிந்து' புதிய கொடை. கானங் குடியிருப்பு மரைக்காயர் 'எண்ணெய்ச் சிந்து' கூட பாடியுள்ளார்.

பாம்பன் எம். கே. எம். அப்துல் காதிர் புலவர் பாலசுப்பிரமணிய கோயில் வழிநடைச் சிந்து பாடிய பெருமையுடையவர். சென்னிகுளம் அண்ணாமலை ரெட்டியார் பாடிய காவடிச் சிந்துப் பாடல்களில் மயங்காதவர் யார்? அதில் மயங்கிய காளை அசலிப்புலவர் 'பூவடிச் சிந்து' பாடிய தனிப் பெருமை கொண்டவர். இதிலுள்ள 25 பாடல்களுக்கு அண்ணாமலையாரின் 25 பாடல்களின் முதலடிகளே மெட்டுக்களாகத் தரப்பட்டுள்ளன. இவ்வாறு இசுலாமியத் தமிழ்ப் புலவர்கள் பாடியது 63 சிந்து இலக்கியங்கள்.

கண்ணி

'கண்ணி' தான் இசைப் பாடலின் தாய். மிக அதிகமாக இந்த இசை வடிவத்தை இசுலாமியப் புலவர்கள் பயன்படுத்தியுள்ளனர். குணங்குடியார் பாடிய நிராமயக் கண்ணி, பராபரக் கண்ணி, இரகுமான் கண்ணி, எக்காலக் கண்ணி, மனோன்மணிக் கண்ணி, நந்தீஸ்வரக் கண்ணி முதலியனவும், தென்காசி ரசூல் பீவியார் பாடிய பரிமளக்கண்ணி, முச்சுடர்க் கண்ணி, இரகுமான் கண்ணி, என்னாட் கண்ணி, கண்மணிக் கண்ணி முதலியனவும் குறிப்பிடத்தக்க கண்ணி வடிவ இலக்கியங்கள்.

முடிவுரை

இசுலாமியத் தமிழ் இலக்கியங்கள் 11ஆம் நூற்றாண்டு முதல் பதிவு பெறத் தொடங்கியுள்ளன. ஏறக்குறைய 1000 ஆண்டுகால நீண்ட நெடிய பரப்பும், ஆழமும் அகலமும் கொண்டது

இசுலாமியத் தமிழ் இலக்கிய உலகு. 2000 இலக்கியங்களை தமிழன்னைக்குச் சூட்டிய பெருமை கொண்டவர்கள் இசுலாமியப் புலவர்கள்.

படைப்போர், முனாஜத், கிஸ்ஸா, நாமா, மஸ் - அலா, நொண்டி நாடகம், திருமண வாழ்த்து என ஏழு புத்திலக்கிய வடிவங்களைத் தமிழுக்குக் கொடையாகத் தந்தவர்கள்; 14 காப்பியங்களை மணி ஆரங்களாகத் தமிழ்த்தாய்க்குச் சூட்டியவர்கள் இசுலாமியப் பெரும் புலவர்கள். சந்தம், வண்ணம் எனப் பல்வேறு இசைப் பாடல் வடிவங்களைத் தமிழுக்கு வரவு வைத்துள்ளனர். இச்சிறப்புகளையெல்லாம் நாமும் அறிய வேண்டும்; பிறரும் அறியச் செய்ய வேண்டுயது நம் கடமை.

11. மதுரை சோமு - ஒரே ஒரு பாடல்

அது 1970 களின் காலகட்டம். புதுக்கோட்டையில் எனது அரசுப் பணி. மதுரை சோமு அண்ணனின் இசை நிகழ்ச்சி. அமைப்பாளர்களில் சிலர் எனக்குப் பழக்கமானவர்கள் முன்வரிசையில் இடம் கிடைத்தது.

ஒரு மற்போர் மறவன் பாணியில் நடந்து வந்து அமர்ந்தார். அவர் ஒரு மல்யுத்த வீரரும் கூட. அன்று உடன் தண்ணுமை (மிருதங்கம்) வாசித்தவர் தஞ்சை டி.பி.நாகராசன். நாம் மறந்துவிட்ட, மறக்க கூடாத மாபெரும் தாளவேந்தர்.

நிகழ்ச்சி தொடங்கி கால் மணி நேரம் ஆகியிருக்கும் சோமுவுக்கு ஒரு பழக்கம், யாராவது உடன் வாசிப்பவர் சரியாக வாசிக்காவிட்டால் சபாஷ் என்று நக்கலடிப்பார், நீ பாட்டுக்கு பாடய்யா என்று தன் வித்தைச் செறுக்கால் பதிலடி தந்தார் நாகராசன்.

அதன்பின் நிகழ்ச்சி களைகட்டத் தொடங்கியது. பொழிந்து தள்ளத் தொடங்கிவிட்டார். போட்டிக்கு போட்டியாக நாகராசன்.

உடன் சோமு அண்ணன் இத்தனை வித்தையையும் எங்கே ஒளித்து வைத்திருந்தாய் இது வரை என்று பாராட்டினார் பெரிதும்.

என்னகவி பாடினாலும், பண் நீலமணியில் பொங்கிப் பெருக் கெடுத்தது. இந்தப் பாட்டுக்கும் பண்ணுக்கும் பிறப்பெடுத்தவர் சோமு.

அன்றைய நிகழ்ச்சியில் சிறப்பாகத் தேர்வு செய்த பண் பண்டைய விளரிப்பாலை (தோடி)

பண்தோடிக்கென்றே பிறந்த திருவாவடுதுறை டி.என். இராச ரத்தினம் பிள்ளையின் (பண் தோடி) இசைக்கே ஒரு இரங்கற்பா பாடினார் கவிஞர் கண்ணதாசன். அது நினைவில் நிழலாடுகின்றது:

செவியினில் ஓடி, எங்கள்

சிந்தையில் ஓடி, இந்தப்

புவியெல்லாம் ஓடி, நின்பால் பொங்கிய தோடி, வேறிங்கு

எவரிடம் போகும்? ஐய!

இனியதைக் காப்பவர் யாவர்?

பண், தானம், எடுப்பு (இராகம் தானம் பல்லவி) தோடியில் அன்று மிகச் சிறப்பாகப் பாடினார். தோடியின் மென்மைச் சுரங்களில் மென்மையாக நின்று நின்று என்ன குழைவு. அப்பப்பா! இன்றும் அந்தத் தோடி காதில் ஒலிக்கின்றது.

திடீரென்று கூட்டத்தில் சலசலப்பு. இசை நிகழ்ச்சி ஒருங்கிணைப்பாளரை அழைத்து என்ன? என்றார் சோமு. நீங்கள் திரைப்படப் பாடல் பாட வேண்டும் என்று கூட்டத்தினர் அமளி

செய்கின்றார்கள் என்றார் நிகழ்ச்சியின் காரியக்காரர். அவ்வளவுதான்,

மருதமலை மாமணியே முருகையா எனப் பாடத் தொடங்கிவிட்டார் சோமு.

அவ்வளவுதான் அந்த தர்பாரி கானடாவில் நுசுரத் படேஅலிக்கான், பிரபா ஆத்ரே, அசுவினி பின்டே, குலாம் அலிகான் எல்லோரும் வந்து வந்து போனார்கள், அனாசயமாக சோமு அண்ணனின் குரலில் அன்று. அன்று சோமுவின் ஆளத்தி (பண் ஆலாபனை) அப்படி அமைந்தது.

அந்தக் காவிரி வெள்ளம் கரை புரண்டோடிய பின்பு,

சத்தியமாக சொல்கிறேன்; இந்த ஒரு பாட்டைத் தவிர வேறு சினிமாப் பாட்டு எதுவும் நான் பாடியதில்லை; சினிமாப் பாட்டுக்கு வந்தவன் எல்லாம் ஓடிப் போய் விடுங்கள் என்றார் சோமு.

கூட்டம் கலைந்தது ஒரு 50 பேர் மட்டுமே இருந்தோம் நிகழ்ச்சி இரண்டு மணி கடந்திருந்தது.

ஒவ்வொருவரிடமும் என்ன பாடல் பாட? என்று கேட்டுக் கேட்டுப் பாடினார். அன்றைய நிகழ்ச்சி 5 மணி நேரம் அன்று ரேவதி பண் பாடக் கேட்டேன். அடடா! என்ன ஒரு ரேவதி. அதன் முழு சொரூபத்தையும் அன்று தான் கேட்டேன்; கண்டேன். என் அருமைச் சோமு அண்ணா! நீ மீண்டும் பிறந்து வாயேன்!!

12. மக்களை மயக்கிய இசை மன்னன்

மிஸ்டர் எக்ஸ் நாகசுரம் நல்லா வாசிப்பார்; மதுரைக்காரர்தான்; நான் அவருடைய வாசிப்பை பதிவுசெய்து வைத்திருக்கிறேன்..அவரைப்பற்றி ஒரு தகவல் கேள்விப்பட்டு ஒன்றுக்கு மூன்றுமுறை போன் செய்து பார்த்தேன்.எடுக்கவில்லை..குறுஞ்செய்தி அனுப்பினேன்; தொடர்பு கொண்டு பேசினார். எப்படி இருக்கீங்க?? வெளியே எங்கேயும் வாசிக்கப் போறீங்களா? என்று கேட்டேன். நல்லா இருக்கேன் ஒற்றை வரியில் தான் பதில் வந்தது..என்ன நல்லா இருக்கேனு சொல்றீங்க எங்கேயோ வேலைபார்க்கிறதா.. கேள்விப்பட்டேன்

என்று நான் கேட்க, அதைப்பற்றி நீங்க பேசுவீங்களோ என்றுதான் போனே எடுக்கல என்றார்.. சிரமப்படாதீங்க நீங்க நம்ம வீட்டுக்கு வாங்க என்னால் முடிந்தது கொஞ்சம் பணம் தர்றேன்; வாங்க என்று கூப்பிட்டேன் அவர் வரவேயில்லை.

ஒரு மாதம் கழித்து திரும்பப்போன் பண்ணினேன். இரவு காவலாளி வேலை; ஓரளவு கூலி கொடுக்குறாங்க. இது போக கோயிலில் இருந்தும் பணம் வருது. நானும் வீட்டுக்காரியும் மட்டும்தான்; பிள்ளைகளைக் கட்டிக்கொடுத்துட்டேன்; பரவாயில்லை ஐயா என்றார். பதிலுக்கு நான் 'நீங்க தன்மானக்காரர்தான்... தவறாக நினைக்க வேண்டாம் கலைக்காகதான் கொடுக்கிறேன் என்றேன். இன்றைக்கு இல்லையென்றாலும் எப்போது வேண்டுமானாலும் வாருங்கள் என்றேன். இப்போது வரை வரவேயில்லை.

நாகாசுரக்கலைஞர்களுக்கே உரித்தான இந்த தன்மானத்திற்கு வலு சேர்த்தவர் நாகசுர மேதை இராஜரத்தினம் பிள்ளைதான். அவர் காலத்திற்கு முன்னால் கலைஞர்கள் நாகசுரம் வாசிக்கும்போது உட்காரக்கூடாது; நின்றுதான் வாசிக்கணும். தோளில் துண்டும் போடக்கூடாது; இடுப்பில்தான் கட்டணும்; முதன்முதலில் அந்த மரபை உடைத்து உட்கார்ந்தும், மேல்சட்டை அணிந்தும், தோளில் பொன்னாடையிட்டும் நாகசுரம் வாசித்தது திருவாடுதுறை இராஜாரத்தினம்தான். அவரின் வழிவந்தவர்தான் நாகசுர சக்கரவர்த்தி காருகுறிச்சி அருணாச்சலம்; மெல்லிசையாக காதில் வருடுவதுபோல் மெதுவாகப் பேசினார் இசையறிஞர் நா. மம்மது.

பொதுவாக மாணவர்கள் குருவைத் தேடிப் போவார்கள். ஆனால் காருகுறிச்சியார் விசயத்தில் குரு சீடனைத் தேடி வந்தார், தலைகீழாக நடந்தது. திருநெல்வேலிப் பக்கத்தில் இராஜரத்தினம் நாகசுரக் கச்சேரி நடந்தால் அங்கே அவசியம் காருகுறிச்சி அருணாசலம் போய்விடுவார். கச்சேரியில் இராஜரத்தினத்திற்குப்

பின்னால் உட்கார்ந்திருப்பார். கச்சேரி முடிகிற இறுதி அரைமணிநேரத்தில் அவரோடு சேர்ந்து வாசிக்க காருகுறிச்சியாருக்கு வாய்ப்புக் கொடுப்பார். அவ்வளவு இடம் கொடுத்தார். எனக்கேற்ற சீடன் நீதான் என்றும் சொல்லியிருக்கிறார்.

இராஜரத்தினம் ஒரு இசையாசிரியர் மாதிரி முறைப்படி சொல்லிக் கொடுக்கமாட்டார். அவர் வாசிக்கிறதைக் கேட்கணும், அவரோடு கச்சேரிகளுக்குத் தொடர்ந்து போகவேண்டும்.. கேட்டுகேட்டு நாகசுரம் படித்துக்கொள்ளவேண்டும்; இது தான் எழுதாத முறை; இதைத்தான் கேட்டுச் செய்தல்' (பாடாந்திரம்) என்றும் சொல்லுவார்கள், இப்படித்தான் காருகுறிச்சியார் தன்னுடைய குரு இராஜாத்தினத்திடமிருந்து இசை நுணுக்கங்களையெல்லாம் கற்றுக்கொண்டார்,

சிறுவயதில் பூவரசு மரத்தின் இலையைச் சுருட்டி பீப்பி (சீவாளி) ஊதியிருக்கிறேன், அவற்றை ஒரு மூங்கில் குழாயில் அடைத்து வைத்தும் ஊதுவார்கள். அதனுடைய அமைப்புதான் கட்டைகுழல் (முகவீணை.). இந்தக் கட்டைக்குழலை நீளமாக்கியதால் திமிரியானது. அதில் ஐந்தரைக்கட்டைவரை சுதி கூடுதலாக இருக்கும். திமிரி வாசித்தால் 5 மைல் தூரத்திற்குக் கேட்கும். சுதி கூடுதலாக இருப்பதால் ரொம்ப பிரயாசப்பட்டு வாசிக்கணும்,.. அதனால் திமிரியைவிட கொஞ்சம் நீளத்தைக் கூட்டி சுதியை குறைத்தார்கள்... அதற்கு ''இடைப்பாரி'' என்று பெயர்.. இன்னும் கொஞ்சம் நீளத்தைக்கூட்டி சுதியை இரண்டரைக்கட்டையாக சரிசெய்து வாசித்ததுதான் பாரி நாயனம், இந்தக் கருவியை முதன்முதலில் இராஜரத்தினம்தான் வாசித்தார், காருகுறிச்சி அருணாசலமும் இந்த பாரி நாயனத்தில்தான்

வாசித்தார். தற்போது தமிழ்நாட்டில் உள்ள அனைத்து வாத்தியக்காரர்களும் பாரியில்தான் வாசிக்கிறார்கள் என்று நாகசுரம் வந்தவழியை சொன்ன மம்மதுவிடம் இசையின் ஊற்றுகண் பற்றிக் கேட்டபோது,

இசையை வளர்த்ததே பெண்கள்தான். கோலாட்டு, நலுங்கு, தாலாட்டு, கும்மி, நடுகைப்பாட்டு, ஒப்பாரி இவற்றையெல்லாம் பாடியது பெண்கள்தான், தொடக்ககால தாய்வழிச் சமூகத்தில் பெண்கள்தான் தலைமையேற்று செய்திருக்காங்க, தாய்மார்கள்தான் பிறப்பில் தாலாட்டும், இறப்பில் ஒப்பாரியும் பாடினார்கள், நாட்டுபுற இசையில் அவர்கள்தான் பாடுவார்கள். அதேபோல் சடங்கு செய்யக்கூடிய முறைகளிலும் பூசாரிகளாவும் பெண்கள் இருந்திருக்கிறார்கள், பின்னால்தான் ஆண்கள் வருகிறார்கள்.. கட்டுவிச்சி, சாலினி, வேலத்தி, அகவன்மகள், தேவராட்டி போன்றவர்கள் சடங்கு செய்யக்கூடிய பூசாரிகள். அவர்கள் பாடவும் செய்வார்கள், இதன் தொடர்ச்சியாகத்தான் விறலி,, பாணர்கள் வருகிறார்கள். பாடக்கூடியவர்கள் மட்டுமல்ல கட்டுவிச்சி சாலினி ஆடலிலும் வல்லவர்கள்.. இந்த மரபில் இருந்துதான் கணிகையரான, ஆடல்கணிகை மாதவி வர்றாங்க அதன்பிறகு தேவரடியார், தேவதாசி தொடர்ந்து ‘உவச்சர் குலம்‘ வருகிறார்கள். இவர்கள்தான் பின்னால் ‘இசைவேளாளராக‘ பெயர் மாற்றப்படுகிறார்கள்..அவர்களில் ஆண்கள் நாகசுரம் மற்றும் தவில் வாசிப்பார்கள், நட்டுவாங்கம் செய்வார்கள். பெண்கள் ஆடல் கலையில் கைதேர்ந்தவர்கள்.இவர்கள்தான் தேவரடியார்கள், நம்முடைய இசை மரபை வளர்த்தவர்கள். நாகசுரத்திற்கே அதிபதியாகவும் இருந்திருக்கிறார்கள்.இப்படி நமக்கு ஒரு பெரிய பாரம்பரியத் தொடக்கம் இருக்கு..

அதேபோல இசைக்கு அடிப்படையே நாகசுரம்தான். மும்மூர்த்திகளில் ஒருவரான தியாகராஜரின் குரு திருவாரூர் சுப்பையாபிள்ளை என்ற நாகசுரக்காரரிடம்தான் இசைபடிக்கிறார். இவற்றை இசை ஆய்வாளர் பி.எம் சுந்தரமும் பதிவு செய்திருக்கிறார். அதேபோல முத்துசாமி தீட்சிதர் இசைபடித்தது கோயிலில் நாகசுரம் வாசிப்பவர்களிடமும், தேவதாசிகளிடமும்தான். தீட்சிதர் நன்றாக இசைகற்றுக் கொண்டு பின்னானில் நாகசுரக்காரர்களுக்கும், தேவதாசிகளுக்கும் இசை நுணுக்கங்களைச் சொல்லிக்கொடுக்கிறார்; அந்தக் காலத்தில் கர்நாடக இசைக்கலைஞர்களுக்கெல்லாம் மூலமாகவும் அவர்களது குருவாகவும் இசைவேளாளர் மரபைச் சேர்ந்தவர்களே இருந்திக்கிறார்கள்.

வாய்ப்பாட்டு பாடுவதில் நாகசுரபாணி, வீணைபாணி என இரண்டு முறை இருக்கிறது. கர்நாடக இசைக்கச்சேரியில் ஆலாபனை செய்வதற்கு நாகசுரக்காரர்களின் ஆலாபனையில் இருந்துதான் எடுத்துச் செய்கிறார்கள்.. பெரும்பாலும் கர்நாடக இசைக் கச்சேரிகளில் வாய்பாட்டு நாகசுரப்பாணியில்தான் பாடுவார்கள். கர்நாடக இசைப் பாடகர். டி.எம். கிருஷ்ணா ஆலாபனை செய்யும்போது நாகசுரக்காரர் இராஜரத்தினம் வாசிக்கற ஆலாபனைதான் நினைவுக்கு வரும் என்று 'தென் இந்திய இசை' நூலில் குறிப்பிட்டிருக்கிறார்

காருகுறிச்சியாரிடம் பொதுமக்கள் விரும்பி கேட்பது, 'ஐயா மகுடி வாசிங்க' அப்படிதான் சொல்லுவாங்க.. மகுடியை நாகசுரத்தில். புன்னாகவராளி இராகத்தில் வாசிப்பார் அருணாசலம். பாம்பாட்டி சித்தரின் பாடலான 'நாதர் முடிமேல்

இருக்கும் நல்ல பாம்பே' பாட்டு புன்னாகவராளி இராகம்தான்.. பாம்பாட்டிச் சித்தர் பாட்டில் இருந்துதான் கண்ணதாசன் எடுத்து எழுதினார்.. மகுடி வாசிப்பதற்கு இந்த இராகம் ரொம்ப நல்லாயிருக்கும். அருணாசலம் எந்தக் கச்சேரிக்குப் போனாலும் மகுடி வாசிப்பதை பொதுமக்கள் அவரிடம் உரிமையோடு கேட்பார்கள்.. இவரும் வாசிப்பார்.

..'அத்திமரத்தினில் முட்டையிட்டு, ஆவாரங்காட்டினிலே குஞ்சு பொறித்து, குஞ்சுக்கு இரை தேடச் சென்ற பாம்பே! நீ என்ன கொண்டுவந்தாய் என்று சொல்லு பாம்பே! ஆடு பாம்பே, விளையாடு பாம்பே' இந்தப் பாட்டைக் காருகுறிச்சியார் மகுடியில் வாசிக்கும்போது எளிய மக்கள் அப்படியே மயங்கி விடுவார்கள். இதற்காகவே மக்கள் காத்திருப்பார்கள். மகுடி வாசிப்பதில் காருகுறிச்சி அருணாசலம் மன்னன் என்றே சொல்லலாம். திருமண நிகழ்ச்சிகளிலும், சாமி ஊர்வலத்திலும் காருகுறிச்சியார் மகுடி வாசிப்பார். இப்போதும் தென் தமிழகத்தில் நாகசுரக்கலைஞர்கள் காருகுறிச்சியார் பாணியில்தான் மகுடி வாசிக்கிறார்கள்.

மேலும், காருகுறிச்சியார் மனம் விரும்பி மகிழ்ச்சியாக வாசிக்கும் இராகம் சகானா.. அவர் வாசித்தால் கண்ணீர் வந்துடும். நான் சிறுவயதில் தென்காசி காசிவிஸ்வநாதர் கோயிலில் அவர் வாசிக்கும் போது என் தந்தையோடு போய் கேட்டுருக்கிறேன். அதேமாதிரி கடையநல்லூர் சண்முகசுந்தரம், காருகுறிச்சியார் பாணியைத்தான் பின்பற்றினார். காருகுறிச்சியார் காலத்திலும் அதற்குப் பிறகும் தென் தமிழகத்தில் கலைஞர்கள் காருகுறிச்சியார் பாணியைத்தான் பின்பற்றினார்கள் என்றே சொல்லலாம்.

அடுத்து மக்கள் அருணாசலத்திடம் தவறாமல் கேட்கும் பாட்டு 'சிங்காரவேலனே தேவா''. இது ஆபேரி ராகத்தில் பாடப்பட்டது. இந்த ராகத்திற்கு இன்னொரு பெயர் கர்நாடக தேவகாந்தாரி. அதற்கு முன்னால் கந்தாரம், காந்தாரம், என்ற பெயரும் உண்டு. காந்தாரப் பண் என்று 7-ம் நூற்றாண்டில் ஞானசம்பந்தர் பதிவு செய்கிறார். அதுதான் இப்போது ஆபேரி. நாம கிட்டதட்ட 2000 ஆண்டாக அந்த இராகத்தில் பாடிக் கொண்டிருக்கிறோம். பரம்பரையாக இரத்தத்தில் ஊறியதைத்தான் காருகுறிச்சியார் வாசிக்கிறார்..

ஞானசம்பந்தரின் திருநீற்றுபதிகத்தில் உள்ள 'மந்திரமாவது நீரு' என்ற பாட்டுக்கு காருகுறிச்சி அருணாசலத்திற்கு மெட்டு அமைத்து கொடுத்தவர் டி.எ. சம்பந்தமூர்த்தி ஆச்சாரியார். சம்பந்தமூர்த்தி பெரிய பாட்டுக்காரர். அவர் கச்சேரிக்கு வந்தால் என்ன தப்பை கண்டுபிடிக்கப் போறாரோ என்று மேடையில் பாடும் பாடகர்கள் நடுங்குவார்கள். காருகுறிச்சி 'மந்திரமாவது' பாடலை பல மேடைகளில் வாசித்திருக்கிறார். இந்த பாடலைத்தான் சிங்காரவேலனே தேவா பாடலுக்கு கர்நாடக தேவகாந்தாரி இராகத்தில் அருணாசலம் வாசிக்கிறார். தன்னுடைய மெட்டை சினிமாக்காரங்க நமக்கு தகவல் சொல்லாமல் பயன்படுத்திவிட்டார்களே என்று ஆச்சாரியார் கொதித்தெழுந்துவிட்டார். அருணாசலம் போன் செய்து 'தவறு நடந்துவிட்டது அண்ணே.. வாசிக்க சொன்னாங்க வாசித்துவிட்டேன். உங்களை வந்து பார்க்கச் சொல்லவா'? என்று சம்பந்தமூர்த்தியிடம் கேட்டார். 'பரவாயில்லைடா நல்லா வாசித்திருக்க' என்று பெருந்தன்மையாக நடந்துகொண்டார் சம்பந்தமூர்த்தி ஆச்சாரியார்..

சிங்காரவேலனே பாட்டை முதலில் காருகுறிச்சியார் நாகசுரத்தில் வாசித்துவிட்டு மூன்றுமாதம் கழித்துதான்

ஜானகிபாடுகிறார்... அருணாசலம் 2கட்டைக்கு மேல் வாசித்ததால்தான் மூன்றுமாதம் தாமதம் ஆனது. முதலில் பாடகி.லீலாவை பாடுவதற்கு கேட்டார்கள், அவர்தான் இந்த பாட்டின் நாயன வாசிப்பு பாட ஜானகியால்தான் பாடமுடியும் என்று சொன்னார். அதன்பிறகு ஜானகி பாடுகிறார். தானாக காருகுறிச்சியாரின் வாசிப்பை கேட்டு அவர் ஆலாபனை செய்து பாடலைத் தொடங்குவார், ஆனால் பாட்டுகேட்கும்போது ஜானகி பாடி காருகுறிச்சி வாசிப்பதுபோல் இருக்கும். அந்தக்காலத்தில் அப்படியொரு வித்தையை செய்தார் இசையமைப்பாளர், எஸ். எம்'. சுப்பையா நாயுடு

காருகுறிச்சியார் அசுர ஆலாபனை, இராக ஆலாபனையிலும் கைதேர்ந்தவர் முக்கியமான ஒன்று என்னவென்றால் மிகச் சிறப்பாக வாய்ப்பாட்டு பாடக்கூடியவர். அந்த விசயம் அவரது குருநாதர் இராஜரத்தினத்திற்கே தெரியாது.. கச்சேரியில் பாடமாட்டார்.. தனிப்பட்ட முறையில் நண்பர்கள் கேட்டால் அருமையாகப் பாடுவார், நடபைரவி ராகத்தில் யாரும் சாதாரணமாகப் பாடமாட்டாங்க ஆலாபனையும் பண்ணமாட்டாங்க, ஆனால் இவர் ஒருமணிநேரம் பாடுவார்... வீணையோ, நாகசுரமோ, வாய்பாட்டோ எது பாடினாலும் குரு சொல்லிக்கொடுக்கிற முறையிலேதான் எல்லோரும் பாடுவாங்க.. ஆனா காருகுறிச்சி அருணாசலம் அப்படியல்ல.. தனித்துவமாக அவர் வாசிப்பார்.. அந்த நுணுக்கங்களை மட்டும் தன்னுடைய ஆசிரியரிடம் இருந்து எடுத்துக்கொண்டார். குருபோலவே அப்படியே வாசிக்கமாட்டார்; அவருக்கென்று தனி பாணி இருந்தது.

விளாத்திகுளம் சாமிகள் கரகரப்பிரியா பாடுவதில் வல்லவர். மணிக்கணக்கில் பாடிக்கொண்டிருப்பார். முத்துதாண்டவரின் 'மாயவித்தை செய்கிறானே' பாடல் கரகரப்பிரியாவில் அருணாசலம் வாசிக்கும்போது உருக்கி மயக்கும். காருகுறிச்சியார் வாசிப்பார் அப்படியே நம்முடைய உடம்பில் அந்த இசை வருடும். அந்த இராகம் மருதநிலத்திற்கே உரிய இராகம்; இதற்கு மருதம் என்ற பெயரும் உண்டு.. பிறகு கோடிப்பாலை என்ற பெயர் வருகிறது. சேக்கிழார் கோடிப்பாலை இராகத்தைப் பதிவுசெய்கிறார். பின்னால் சமஸ்கிருதத்தில் ஹரப்பிரியா கரஹரப்பிரியா என்று பெயர் மாறுகிறது.

வீணையில் தானம் பாடுவார்கள். அது வீணைக்கே உரியது. அதேமாதிரி நாகசுரத்திற்கே உரியதுதான் மல்லாரி, ரக்தி, மற்றும் ஆலாபனை.. ஆலாபனையில் இராஜரத்தினம் எட்டு நாள்கள் தோடி வாசித்ததாகக் கேள்விப்பட்டிருக்கிறேன்.. சிலப்பதிகாரம் 'வந்தது வாராததாகி என்று சொல்லுகிறது. ஆலாபனை பாடும்போது ஏற்கனவே வந்தது திரும்ப வரக்கூடாது என்று அர்த்தம். ஒரு இராகத்தை எடுத்து ஒரு மணிநேரம் வாசிக்கிறார் என்றால் தொடக்கத்தில் வாசித்தது திரும்ப வாசிக்கக்கூடாது. இந்த ஆலாபனையை, ஆளத்தி என்று சிலப்பதிகாரம் பெயரிட்டு அழைக்கிறது. சுரஆளத்தி, காட்டாளத்தி என்றும் இருக்கிறது. ஒன்றை எடுத்துக்கொண்டு பெருக்குவது. 'அந்த பெருக்குவது' நம்முடைய இசைக்கே உரியது. அவற்றை காலங்காலமாக நமக்கு கொண்டுவந்தவர்கள் நாகசுரக்காரர்கள் மற்றும் தேவதாசிகள்தான். அந்த மரபில் இருந்துதான் நாம் எடுத்துக்கொண்டோம். பரதமும் இசையும் அவர்களுடைய கொடை என்றுதான் சொல்லவேண்டும்.

கோயிலில் மல்லாரி வாசிப்பார்கள்; தளிகை மல்லாரி, தீர்த்த மல்லாரி, ராஜ மல்லாரி என்ற பெரிய மல்லாரி, தேர் மல்லாரி, இப்படி நிறைய மல்லாரி இருக்கிறது. அந்த மல்லாரி வாசிப்பு நாகசுரத்திற்கு மட்டுமே உரியது. வாய்பாட்டாக மல்லாரியில் வீணையிலோ, புல்லாங்குழலிலோ பாடமுடியாது. தவுலில் திருபுடைதாளம் வாசித்து நாகசுரத்தில் ராஜமல்லாரி வாசிப்பார்கள்.

கும்பகோணம் பக்கத்தில் (செண்பகனார்) செம்பொனார் கோயில் கிராம கலைஞர்கள் தான் பரம்பரை பரம்பரையாக மல்லாரி வாசித்துக்கொண்டு வருகிறார்கள். காருகுறிச்சியாரும் மல்லாரி வாசித்திருக்கிறார் நான் கேட்டிருக்கிறேன். தேர் வரும்போது அந்த வாசிப்போடு கேட்டால் அப்படியே மெய் மறந்துவிடுவோம், நாம இந்த உலகத்தில்தான் இருக்கிறோமா வேறு எங்கேயாவது இருக்கிறோமா என்று தோன்றும்.

ரக்தி வாசிப்புனு ஒரு முறை இருக்கு. அந்த வாசிப்பெல்லாம் ரொம்ப குறைந்து கொண்டு வருகிறது.. சிலர்தான் வாசிக்கிறாங்க. அது பயிற்சி எடுத்து மூச்சடக்கி வாசிக்கக்கூடிய முறை.. நல்ல ஒரு உடல்வாகும் இருக்கணும்.. அவர்களால்தான் ரக்தி வாசிக்கமுடியும்.. அதனால்தான் நாகசுரம் அசுரவாத்தியம் என்று பெயர் பெற்றது.... .

நாகசுரம் வாசிக்க நம்மிடம் இரு இசை மரபு இருக்கிறது. திருக்கோயில் இசைமரபு. நாட்டார் இசை மரபு கிராமக்கோயில்களில் செவ்வியல் முறையில் இராகம் எடுத்து வாசிப்பார்கள், சாமி வீதி உலா வந்து சப்பரத்தை மந்தையில் இறக்கி வைத்த பிறகு காம்போதி வாசிப்பார்கள்... அதற்காகவே

நாகசுரக்கார்களின் பின்னாலே போவோம். நமக்கு அப்போது காம்போதி ராகம் தெரியாது.. ஆனால் அருணாசலம் ஒருமணிநேரம் வாசிப்பாராம். வாசிக்கும்போது ஊரே அடங்கிப்போயி கேட்கும். பிறகு சினிமாப் பாட்டு வாசிப்பார். அதற்கு அப்புறம் நையாண்டி வாசிப்பார்கள். இதுதான் கிராமக்கோயில் நடைமுறையாக இருக்கிறது..

திருமணத்திற்கு என்று ஒரு முறை இருக்கிறது. பூ வைக்கும் சடங்கின் (நிச்சயதார்த்தம்) போது பொதுவாக கானடா,, அடாணா, பேக்கடை போன்ற இராகத்தை வாசிப்பார்கள்,, மாப்பிள்ளை அழைப்பில் கல்யாணி, சங்கராபரணம் வாசிப்பார்கள். இதை கன ராகங்கள் என்றும் சொல்லுவார்கள். 2000 வருடமாக கல்யாணி மற்றும் சங்கராபரணம் பாடிக்கொண்டிருக்கிறோம்; கல்யாணி இராகத்தை, மேற்செம்பாலை என்றும் சங்கராபரணத்தை அரும்பாலை என்றும் கூறுவது உண்டு. ஏழுபெரும்பாலைகளில் இந்த இரண்டு இராகங்களும் உள்ளன.

அப்புறம் மாப்பிள்ளை ஊர்வலத்தில் தோடி, காம்போதி, கரகரப்ரியா வாசிப்பார்கள், திருமணம் நடக்கக்கூடிய காலையில் கேதாரம், பிலகரி, பூபாளம், வாசிப்பார்கள். தாலி கட்டுவதற்கு முன்பு தன்னியாசி, நாராயணி வாசிக்கணும். திருமணம் நடக்கும்போது நாட்டக்குறிஞ்சி பாடணும், திருமணம் முடிந்தவுடன் ஆனந்தபைரவி பாடணும்.. இந்த முறைகளைத்தான் நாம் இன்றைக்கும் பின்பற்றுகிறோம்.

கர்நாடக இசையே அரங்கு இசைதான்.. பொதுவாக பெரிய மேடைபோட்டு திறந்தவெளி மைதானத்தில் யாருமே கச்சேரி

பண்ணுவதில்லை.. ஆனா நாகசுரத்திற்கு என்ன சிறப்பென்றால் அரங்கத்திலும் வாசிக்கலாம். திறந்தவெளியிலும் வாசிக்கலாம். கோயில் விழாக்கள், திருமண நிகழ்ச்சிகள், நையாண்டி மேளம், கரகாட்டம், பொய்க்கால்குதிரை போன்றவற்றுக்கும் வாசிப்பார்கள். துக்கவீடுகளிலும் நாகசுரம் வாசிப்பதுண்டு.. இதை எழுத்தாளர் எஸ். ராமகிருஷ்ணன் எழுதிய ''சஞ்சாரம்' நாவலில் கூட குறிப்பிட்டிருக்கிறார். ஆக அப்படியொரு வாத்தியம் வேறெங்கும் கிடையாது. பொதுமக்கள் மத்தியிலும், அரங்கிசைக் கச்சேரி இரசிகர்களிடமும், துக்க வீட்டிலும் இருக்கும் இந்த சிறப்பு, நாகசுரத்திற்கு மட்டுமே உண்டு. அனைத்து மக்களும் கேட்டு ரசிக்கக்கூடிய இசையாக நாகசுர இசை இருக்கிறது.

மக்கள் நம்முடைய இசை எதுவென்று தெரிந்து வைத்திருக்கிறார்கள். சான்றாக கர்நாடக இசைக்கு 500 பேர் வருவார்கள் என்றால் நாட்டுப்புறக் கூத்துக் கலைகளுக்கு 5000 பேரும், திரைப்பட இசை நிகழ்ச்சிக்கு ஒரு இலட்சம் பேரும் வருவார்கள்.. இப்படித்தான் கணக்கு இருக்கும். பொதுமக்கள் எளியமுறையில் தான் இரசிப்பார்கள்.. சாதாரணமானவர்களுக்கு காருகுறிச்சியார் காம்போதியில் ஆளத்தி (ஆலாபனை)) பண்ணுகிறார் என்று தெரியாது. ஆனால் அதில் ஒரு பாட்டு பாடினால் ரசிப்பார்கள்.. கல்யாணி பிச்சி உதறிட்டாரு என்றால் புரியாது. கல்யாணியில் 'நிற்பதுவே நடப்பதுவே' என்று பாரதி பாடல் பாடினால் அவர்களுக்குத் தெரியும்

சாதாரணமானவர்களுக்கு இசை இலக்கணம் புரியாது அதனால்தான் மெல்லியிசையான சினிமா பாட்டு பிடிக்கிறது

மக்களுக்கு. 'சித்தாடைக்கட்டிக்கிட்டு சிங்காரம் பண்ணிகிட்டு' என்று நாகசுரத்தில் பாடினால் உடனே ரசிக்கமுடிகிறது அதேபோல் மகுடி வாசிக்கிறாங்க. இந்த மகுடி வாசிப்பது சித்தர் பாட்டு என்று தெரியாது. மகுடியைத்தான் வாசிக்கிறார் என்றும் தெரியாது; மகுடிமாதிரியே வாசிக்கிறார் என்றுதான் நினைப்பார்கள். காருகுறிச்சியார் பொதுமக்கள் விரும்பி கேட்ட இசையையும் கொடுத்தார். கர்நாடக இசைப்பிரியர்களையும் கவர்ந்தார். அதனால்தான் கொஞ்சும் சலங்கை பாட்டு அப்பொழுதே ஒரு இலட்சத்திற்கும் மேல் இசைத்தட்டு விற்றது. இன்றைக்கும் போட்டி பாட்டு வருகிறதென்றால் அந்த பாட்டைத்தான் பாடுகிறார்கள்.. அரங்கிசையை விட திருமண நிகழ்ச்சி மற்றும் கோயில் கொடை விழாவிற்குதான் அவர் அதிகமாக வாசித்திருக்கிறார். அதனால்தான் அவர் வெகுஜன மக்களின் மனதிலும் இடம் பிடித்தார்.. உயர்மட்ட ரசிகர்களையும் பாமர மக்களையும் ஒருசேர கவர்ந்தவர் நாகசுரக்காரர் அருணாசலம்தான்,

வரலாறு

15ம் நூற்றாண்டு திருப்பதி கோயில் கல்வெட்டில் 'நாகசுரம்' என்றுதான் இருக்கிறது.. 17-ம் நூற்றாண்டு கொட்டையூர் சிவக்கொழுந்து 'கூளப்பநாயகன் காதல்' என்ற சிற்றிலக்கியமாக தஞ்சை மன்னரைப்பற்றி எழுதியது; அதில் நாகசின்னம் என்றுதான் வருகிறது.

அதேபோல பரதசங்கிரகம் (பரதநாட்டியஇசை நூல்) அதிலும் நாகசுரம் என்றுதான் இருக்கிறது.. வங்கியம் என்ற சொல் இதற்கு பொருந்தாது; புல்லாங்குழலைத்தான் வங்கியம், பெரு வங்கியம் என்று சொல்லுவார்கள்.

திருநெல்வேலி மாவட்டத்தில் இராஜவாத்தியம் என்றும் சொல்லுவார்கள். நாகசரம், நாகசுரம், நாகசின்னம், நாயனம் அப்படியெல்லாம் நாகசுரத்திற்குப் பெயர் உண்டு, நாதஸ்சுரம் என்று சொல்லகூடாது திரிந்த சொல், நாகசுரம்தான் சரியான சொல்.

நாகசுரம் வாசிக்கிறவர்களுக்கு பல்வேறு பெயர்கள் இருக்கின்றன,, நாயனக்காரர், நாகசுரக்காரர், மேளக்காரர், நாகபாசத்தார், நயினார் அடிகளார். அதேபோல நெல்லை மாவட்டத்தில் இசைவேளாளர், (உவச்சர்குலம்) கம்பர், சுண்ணாம்புப் பறையர், பள்ளர், மருத்துவர், படையாச்சி (சவளக்காரர்) உள்ளிட்ட பல்வேறு சாதியினர் நாயனம் வாசிக்கிறார்கள். கோயில்களில் சிற்பங்களைப் பார்த்தால் கட்டையாக நாகசரம் வாசிப்பதுபோல் இருக்கு. இதற்கான வரலாறு 10ஆம் நூற்றாண்டில் இருந்து தொடங்கியிருக்கவேண்டும்; எப்படிப் பார்த்தாலும் 1000 ஆண்டு வரலாறு இருக்கிறது.. அது பெரிய வரலாறுதானே!

வடக்கே சாரங்கி, சித்தார் இசைகருவிகள் இந்துஸ்தானி இசையில் அடையாளக்கருவிகளாக உள்ளன. அதேபோல் காஷ்மீரில் சந்தூர். தென்நாட்டில் நாகசுரம்தான் அடையாளக்கருவி.. தமிழ்நாட்டுக்கு மட்டுமல்ல ஆந்திரா, கர்நாடகம், கேரள மாநிலங்களுக்கும் அடையாளக்கருவி நாகசுரம்தான். ஆந்திராவில் இருந்து வந்தவர்தான் ஷேக் சின்ன மௌலானா சாகிப். கேளராவில் இருந்து வந்தவர்தான் திருவிழா ஜெய்சங்கர். இதனால் நாகசுரத்தை தென்தமிழக இசைக்கருவி என்றுதான் சொல்லுவார்கள். பாட்டுப்பாடுவது, நாகசுரம் வாசிப்பது இந்த நாலு மாநிலத்திலுமே ஒன்றுபோலத்தான் இருக்கும்.

பேட்டி: நெல்லை மா. கண்ணன்

13. பண்டிதர் இசைக்குப் பல்கலைக் கழகங்கள் செவி சாய்க்குமா?

'என்டம்மெட சிமிக்கி கம்மல்

என்டப்பன் கட்டொண்டு போயே

என்டப்பன்டெ பிராந்தி குப்பி

என்டம்மா குடிச்சு தீர்த்தே.'

இந்தப் பாடல் வரிகள் மோகன்லால் நடித்த 'வெளிபடின்டே புத்தகம்' என்ற படத்தில் வருகிறது. இந்தப் பாடலை கேரளா தனியார் கல்லூரி மாணவிகள் ஓணம் பண்டிகையில் ஆடியது யுடியூப்பில் பிரபலமாகியிருக்கிறது. இந்த நேரத்தில்தான் நமது இசை ஆய்வாளர் மு. ஆபிரகாம் பண்டிதரின் 'கருணாமிர்த சாகரம்'' என்ற இசைத் தமிழ் நூல் வெளிவந்து நூறு வருடம் ஆகி இதுவும் நம்மை விட்டுக் கடந்து போகிறது,

'சங்கக்காலத்திலிருந்து 12ம் நூற்றாண்டு வரை மட்டுமே தமிழில் இசை பற்றிய நூல்கள் உள்ளன. அதற்கு அப்புறம் கிட்டத்தட்ட 700 ஆண்டுகள் அதாவது 19ம் நூற்றாண்டு வரை

இசையைப் பற்றி எந்த நூலும் தமிழில் வரவில்லை'' என்று அச்சாரம் போட்டார் இசை ஆய்வாளர் நா.மம்மது. நுண்கலையான, பழந்தமிழிசையான, இன்னிசையைப் பற்றி எளிமையாக நம் வாசகர்களுக்கு விளக்கமுடியுமா? ஐயா.. என்று கேட்டேன். அவரும் 'சிமிக்கி கம்மல' பாட்டை நானும் இப்போதுதான் கேட்டேன்., என்று கூறி பலமாக சத்தம்போட்டு அடக்கமாகச் சிரித்தார். இப்படிப் புதியதாக வரும் பாடல்களையும், மக்கள் விரும்பிக் கேட்கும் பாடல்களையும் அவர் கவனத்தில் கொள்கிறார் என்பது குறிப்பிடத்தக்கது. எடுத்தவுடன் நூல்களுக்குள் செல்லாமல் ஆபிரகாம் பண்டிதர் பற்றி முதலில் தொடங்குவோமே என்று அவரே கேள்வியோடு பேசினார்.

ஆபிரகாம் பண்டிதர் நெல்லை மாவட்டம் சுரண்டை அருகேயுள்ள சாம்பவார் வடகரையில் 1859ல் பிறந்தார்.. அந்த ஊர் பக்கத்திலேயே உயர்நிலைப்பள்ளி வரை படித்து விட்டு அவரின் உறவினர் ஒருவரின் தொடக்கப் பள்ளியிலேயே இரண்டு ஆண்டுகள் பணி செய்தார்.. பின்னர் ஆசிரியப் பயிற்சிக்காக திண்டுக்கல் வருகிறார்.

திண்டுகல்லில் ஆசிரியராக பணியாற்றிய காலத்தில் மூலிகை மருத்துவம் குறித்து நிறைய கற்றுக் கொண்டார். அந்நாளில் சித்த மருத்துவத்தில் சிறந்து விளங்கிய திண்டுக்கல் ஆனைமலைப்பட்டி பொன்னம்பல நாடார், பண்டிதரைக் கூட்டிக்கொண்டு கம்பம் அருகேயுள்ள சுருளி' மலைப் பகுதியில் வசித்து வந்த புகழ் பெற்ற சித்த மருத்துவர் கருணானந்த சாமியைச் சந்திக்கச் சென்றார்.

அவரைச் சந்தித்தது பண்டிதர் வாழ்வில் ஒரு பெரிய திருப்புமுனையாக அமைந்தது. அந்நாட்களில் காலரா, பிளேக் போன்ற கொள்ளை நோய்களும் பாம்புக் கடியால் மக்கள் இறப்பதும் வெகு இயல்பான ஒன்றாக இருந்துள்ளது. பண்டிதர் கருணானந்தரிடம் முறையிட்டு அதற்கான மருத்துவ செய்முறைகள் குறித்து கேட்டார். அவரும் பெருந்தன்மையோடு அனேக மூலிகைகளையும், மருந்துவச் செய்முறைகளையும் பண்டிதருக்குக் கற்று தந்துள்ளார். இந்த முறைகளைப் பின்பற்றியே 1877 முதல் தஞ்சையில் மருந்துகள் தயாரித்தார்.

1898 ஆம் ஆண்டு கோவை, மைசூர் மற்றும் மேற்குமலைத் தொடரின் அடிவாரக் கிராமங்களிலும் 'ப்யூபானிக்' என்ற கொள்ளை நோய் பல்லாயிரக்கணக்கான மக்களைக் காவு கொண்டது. மக்கள் கூட்டம் கூட்டமாக இறந்தனர். இந்நோய்க்குச் சரியான மருந்தின்றி மக்களும் அரசும் பதற்றமடைந்திருந்தனர். அச்சமயம் சுருளிமலை கருணானந்த சாமியிடம் தாம் கற்ற மருத்துவ முறை மூலம் மருந்துகள் தயாரித்து இக்கொள்ளை நோயிலிருந்து மக்களைக் காப்பாற்றினார் பண்டிதர். இதனால் தமிழ்நாடு மட்டுமல்லாமல் பக்கத்து மாநிலங்களிலும், பர்மா, இலங்கை போன்ற நாடுகளிலும் இவரது மருந்துகள் புகழடைந்தன.

இதன் மூலமாக மருத்துவத்தில் இவருக்கு அதிகமான வருமானம் வந்தது. அதிகமான பொருள் ஈட்டிய பண்டிதர் 1900 வது ஆண்டு நிறைய பரிசுப் பொருட்கள் மற்றும் பணம் இவற்றுடன் தன்னுடைய ஆசான் கருணானந்த சாமிகளை இரண்டாவது முறையாக காணச் சென்றார். அத்துறவி, பண்டிதர்

கொண்டு சென்ற எந்தப் பொருளையும் வாங்காமல் 'நான் ஒரு துறவி எனக்கு எதற்கு இத்தனை பணம்? ஏன் இப்படி செய்கிறாய்?' என்று கனிவுடனே கேட்டார். பண்டிதர் தலையைக் குனிந்தவாறே அமைதியாக நின்றார். கருணானந்தர் பண்டிதரின் கையைப்பிடித்துக் கொண்டு நான் ஒன்னு சொன்னா நீ கேட்பாயா? என தயக்கத்துடன் கேட்டார். உடனே பண்டிதர் 'சொல்லுங்கள் சாமி செய்கிறேன்" என்றார். அவர் "உனக்கு இசை மீது ஆர்வம் இருக்கிறது. இசையையும் முறையாகக் கற்று இருக்கிறாய். அதனால் சீர் இழந்து இருக்கும் நமக்கான இசையை மீட்கவும் மக்கள் மத்தியில் அதைப் பரப்பவும் இந்தப் பொன்னையும் பொருளையும் நீ பயன்படுத்தவேண்டும்." என்று கோரிக்கை வைத்தார்.

'இந்த நிகழ்வுதான் தமிழக இசை வரலாற்றில் 700 வருட இசைக்கான தவம் கலைய காரணமாக அமைந்தது', என்று கூறிய மம்மது கண்களை மூடி ஆபிரகாம் பண்டிதரின் இசை உலகத்துக்குள் நம்மை அழைத்தார்.

1866ல் திருநெல்வேலி மாவட்டம் சாம்பவார் வடகரை. தெருவில் பாடிச் சென்ற ஒருவர் பின்னால் தன்னை மறந்து சிறுவன் ஆபிரகாம் சென்று விட்டான். தாய் அதை அறிந்து ஓடிச் சென்று குழந்தையைத் தூக்கி வந்தாள்.

சிறுவயது முதலே தனக்குள்ள இசை மீதான பற்றால் திண்டுகல்லில் ஆசிரியராகப் பணியாற்றியபோது புகழ்பெற்ற வயலின் மேதை சடையாண்டி பத்தரிடம் முறையாக இசையைக் கற்க ஆரம்பித்தார். தஞ்சையிலும் ஆசிரியர் பணியில் இருந்தபோது இராமசாமி கோவில் நாகசுரக் கலைஞர்களுடன் நெருக்கமாகப்

பழகி தனது இசை அறிவையும், பாடும் திறனையும் வளர்த்துக் கொண்டார். மேலும் இசைப் பாடகர்கள், இசைக் கருவியாளர்கள் பலருடன் உரையாடி தன்னைச் செம்மைப்படுத்திக்கொண்டார். வாய்ப்பாட்டு, வீணை, பிடில் முதலியவற்றிலும் தேர்ச்சியடைந்தார். இவ்வாறன அவருடைய இசை குறித்த செயல்பாடுகளே அவரை ஓர் இசை ஆய்வாளராகவும், பாடகராகவும், பாடல் ஆசிரியராகவும் உருவாக்கியது.

பண்டிதர் வாழ்ந்த காலகட்டத்தில் தமிழகம் வேற்று மொழி பேசுவோரால் ஆளப்பட்டு வந்தது. அப்போது இசைப்பாடல்கள் தமிழில் எழுதப்படவில்லை . அனேக பாடல்கள் தெலுங்கு, சமஸ்கிருதம் மற்றும் பல வட இந்திய மொழியிலும் இருந்தன. தியாகராசர், முத்துசாமி தீட்சிதர், சியாமா சாஸ்திரிகள் முதலியோர் செய்த கீர்த்தனைகள், வர்ணங்கள் மற்றும் ஏனைய உருப்படிகள் தெலுங்கிலும் வடமொழியிலும் உருவாக்கப்பட்டிருந்தன. அவைகளே இசை அரங்குகளில் பாடப்பட்டன. எனவே இசை கற்பவர்கள் அவற்றை எளிதாகக் கற்க முடியவில்லை. பாடலில் பொதிந்துள்ள சுவையையும் பாடகர்களால் வெளிக் கொண்டு வர முடியவில்லை. பாடல் பிற மொழியில் இருந்ததால் மக்கள் இசை கேட்பதிலும், இசை கற்பதிலும் திணறிப் போன நிலையிலேயே இருந்துள்ளனர். இந்நிலையை உணர்ந்த பண்டிதர் அதற்கான வரலாற்று சந்தர்ப்பத்திற்காகக் காத்திருந்தார் என பீடிகைபோட்டு பேசினார் மம்மது. அந்த வரலாற்று நிகழ்வுதான் பண்டிதர் தனது குருவான கருணானந்தசாமியை பரிசுபொருட்களுடன் பார்க்கும்போது அவர் சொன்ன வேண்டுகோளை உடனே ஏற்றுக் கொண்டே இசை ஆய்வு நூலான கருணானந்த சாகரம் பற்றி கூறத் தொடங்கினார்.

1912 ஆம் ஆண்டு தஞ்சையில் இசை ஆய்வுக்காக சங்கீத வித்யா மகாசன சங்கத்தை பண்டிதர் தொடங்கினார். மேலும் தன்னுடைய நூல்களை அச்சிடுவதற்காகவே அங்கு சென்னை ஆளுநராகப் பணியாற்றிய சர் ஆர்தர் லாலி என்பவரின் நினைவாக லாலி அச்சுக் கூடத்தை உருவாக்கினார். இது சங்கீத மகாலைப் போன்ற அமைப்பில் இருந்தது. அங்கேதான் 1916 வரை ஏழு மாபெரும் இசை மாநாடுகளை தமது சொந்தச் செலவிலேயே நடத்தினார். 1916ல் பரோடாவில் நடந்த இசை மாநாட்டிற்குப் பலரை அழைத்துச் சென்றார். 1917ல் தாம் ஆய்வு செய்து வந்த தமிழிசை பற்றிய ஆய்வு நூலான கருணாமிர்த சாகரத்தை தமது ஆசான் கருணானந்த சாமிகள் நினைவாக அச்சடித்து (முதல் பதிப்பு) வெளிக் கொண்டு வந்தார்.. இந்நூல் 1/4 பெருந்தாளில் 1346 பக்கங்கள்; நான்கு பாகங்கள் அடங்கியது.

முதல் பாகத்தில் பண்டைத் தமிழகம் மற்றும் முத்தமிழ் இலக்கணம் பற்றிக் கூறுகிறார். மேலும் இசைப்புலவர்களின் பெயரகராதியும் அவர்களைப் பற்றி சில குறிப்புகளும் உள்ளன. இரண்டாம் பாகத்தில் இசையின் ஒரு தானத்தில் (ஸ்தாபி) 22 சுருதி முறை பிழைப்பட்டது. 24 சுருதிகளே வரும் என நிறுவுகிறார் பண்டிதர்.

மூன்றாம் பாகமே நூலின் சிறந்த பாகம்; பெரும் பண்கள், திறப்பண்கள், பண் பெயர்ப்பு, ஆளத்தி, (ஆலாபனை) பல நூல்களில் கூறப்பட்ட பண்கள், இணை, கிளை, பகை, நட்பு என்ற பொருந்து சுரங்களைக் காணும் முறை முதலியவற்றை முதன் முதலில் விளக்குகிறார்.

நான்காம் பாகத்தில் கர்நாடக சங்கீதம் எனப் பெயர் மாற்றம் பெற்ற இசைத் தமிழில் வழங்கி வரும் சுருதிகளின் கணக்குகள் குறித்து பண்டிதர் மிக விரிவாக விளக்குகிறார்.

இந்நூல் வந்த வரலாற்றைப் பார்க்கும்போது, அவர் ஏழு இசை மாநாடுகள் நடத்துகிறார் அல்லவா அங்கே நடந்த நிறைய விவாதங்களில் சுருதி மற்றும் பண்கள் (ராகம்) பற்றியே பேசினார்கள். இந்த விவாத்தில் கலந்து கொண்ட முக்கியஸ்தர்கள் அனைவருமே 'கர்நாடக சங்கீதமே' மூலம் என்று பேசக் கூடியவர்கள் என்பது குறிப்பிடத்தக்கது. அவர்கள் கூறியதை கவனமாகக் கேட்ட பண்டிதர், இந்த இசை ஒரு காலக்கட்டத்தில் வடமொழியாக மாறியிருக்கணும் இதற்கு மூலம் ஏதாவது இருக்கும் என்று நினைத்தவாறு நிறையப் படிக்கிறார். அப்படித் தேடும் போதுதான் அவர் சிலப்பதிகார நூலுக்குள் வருகிறார். சிலப்பதிகாரத்தைத்தான் தனது இசை ஆய்வுக்காக எடுத்துக்கொள்கிறார். பிறகு வித்துவான்களுடன் விவாதம்; அதனைத் தொடர்ந்து ஏழு இசை மாநாடு; இப்படியாக தனது 15 ஆண்டு உழைப்பால் கர்நாடக இசை என்பது பெயர்தான் மாறி இருக்கிறதே தவிர தமிழர்தம் இசை 2000 ஆண்டிற்கு முந்தியது என ஒரு முடிவிற்கு வருகிறார் பண்டிதர்.

இந்த ஊர்ப்பெயர்கள், கடவுள் பெயர்கள் காலப்போக்கில் மாறி இருக்கிறது மாதிரி, கர்நாடக இசையின் பெயரும் மாறி இருக்கிறதே தவிர இசை தமிழர்களின் இசைதான் என்பதை கருணாமிர்த சாகரம் நூலில் நிறுவுகிறார்.

சேக்கிழாரின் பெரிய புராணத்தில் இசை ஆய்வுக்கான செய்திகள் நிறைய இருக்கின்றன. அது கிபி 12ஆம் நூற்றாண்டைச்

சேர்ந்தது. அதற்குப் பின் 19ஆம் நூற்றாண்டில் ஒரு ஆய்வு நூல் வருகிறது என்றால் அது ஆபிராகம் பண்டிதருடையதுதான். கிட்டடத்தட்ட 700 வருடமாக இசைக்காகத் தமிழில் எந்த ஆய்வு நூலும் வரவில்லை . சிலப்பதிகாரத்திற்கு பிறகு மிகப் பெரிய ஆய்வு நூலாக இதைக் கொள்ளலாம். சங்ககால நூல்களுக்குச் சமமான நூலாக கருணாமிர்த சாகரத்தைக் குறிப்பிடலாம். இதுவும் ஒரு தனிப் பனுவல்தான் என்றார் மம்மது.

***

இசையென்பது ஒரு நாட்டுப்புற இசையாக நம்மோடு இருக்கிறது. / நம் பெண்கள் பாடுகிற தாலாட்டு, நலங்கு, ஒப்பாரி, தொழிற்பாட்டு, ஏற்றப்பாட்டு, வண்டிக்காரன் பாட்டு, கோலாட்டம், காவடி ஆட்டம் இப்படி நாட்டார் இசையாக இருக்கிறது. இதில் கும்மி ஆட்டம் குரவையாட்டமாக சிலப்பதிகாரத்தில் வருகிறது. இதை

சங்ககாலத்திலேயே இலக்கணத்தோடு வளர்த்து எடுத்துக் கொண்டுவந்தவர்கள் பாணர்கள்.

அவர்கள் தொழில்முறை கலைஞர்கள். பாணர்களுக்கு ஒவ்வொரு இடத்திலும் புதியதாகப் பாடவேண்டியிருக்கு. ஒரு ஊரில் ஆடிப்பாடியதை இன்னொரு ஊரில் செய்யமாட்டார்கள். அதனால் அவர்கள் இசை ஆய்வு மற்றும் இலக்கணத்துக்குள் போகிறார்கள். மேலும் மன்னன் மற்றும் பிரபுக்கள் மத்தியில் அவர்கள் பாடுவதால் அந்த இசைக்கு ஒரு தனி மதிப்பு வருகிறது. இதற்கு சமகாலத்துல ஒரு சான்று சொல்லனும்னா தேர் மற்றும் சப்பரத்து முன்னால தெருவில் நடந்துகொண்டே தாசிகள் ஆட்டம்

ஆடினார்கள். தெருவில் ஆடிய இந்த ஆட்டத்தைத்தான் கலாஷேத்திரத்தில் பிராமணர்கள் 1937ல் மேடையேற்றுகிறார்கள். பிராமணர்கள் இதை மேடைஏற்றியதால் இந்த ஆட்டம் கிளாசிக் நடனமாக மாறுகிறது. சாதாரணமாக மக்கள் அதாவது தேவதாசிகள் ஆடிட்டு இருந்த ஆட்டத்தை கிளாசிக் வடிவமாக மாற்றுகிறார்கள். நம்ம இசையை மெருகூட்டியிருக்கிறார்கள் அது மிகப் பெரிய பணி. அதை நாம் குறைத்து மதிப்பிடக் கூடாது. ஏன்னா தாசிகளை நாம் வீட்டுக்கு அனுப்பிட்டோம். சிலரை கொன்று புதைத்தாயிற்று. அந்த கலை அதோட அழிந்துபோயிருக்கும்; பிராமணர்கள்தான் அதைக் கையில் எடுத்து மேலே கொண்டுவந்தவர்கள். அவர்களிடம் இசை, ஆடல் போயிட்டதனால ஆடல் மற்றும் இசை நமக்கானது இல்லை என்று சொல்லக்கூடாது. அதை நாம் இழந்துவிடவும் கூடாது. நான் இப்படி சொல்லுவதால் மம்மது கர்நாடக இசைப் பக்கம் போய்விட்டார் என்று சிலர் சொல்கிறார்கள். அது அறியாமை. தியாகராசரின் தெலுங்குக் கீர்த்தனைகளின் 'சாகித்யம்' என்ற பாடல் தெலுங்கு மொழியில் இருந்தாலும் அதன் இசை தமிழிசையே. தஞ்சை அரண்மனை வீணைக் கலைஞராகத் திகழ்ந்த காளகஸ்தி அய்யர், அவர் மகள் சீதம்மா, மகன் தியாகராசர் என வழிவழியாக வந்த தமிழ்மரபு இசையே அது. நம்ம இசையை இன்னொருத்தர்கிட்ட கொண்டு நாம ஏன் கொடுக்கணும். ஏற்கனவே இதேமாதிரி நிறைய கொடுத்து இருக்கோம். இழந்தும் இருக்கிறோம். இந்த இசையையும், ஆட்டத்தையும் தாரை வார்த்துவிடக் கூடாது. என்று ஆதங்கத்துடன் கூறினார்.

பிராமணர்களில் ஒரு சிலர் தமிழ் இசையை வடமொழிச் சொற்கள் கொண்டு சில வேலைகள் செய்து இருக்கிறார்கள். அதை நான் மறுக்கவில்லை. அதற்காக இசை வேண்டாம் என்று ஒதுக்கிவிடக்கூடாது. நம்ம சாமிக்கு அங்காளபரமேஸ்வரி அப்படியின்னு பெயர் இருக்கு. இந்த பெயரே தமிழ் பெயர் கிடையாது. அதற்காக சாமி வேண்டாம் என்று சொல்ல முடியாது. அதேபோல் மீனாட்சி என்று பெயர் வடமொழியிலதான் இருக்கு. அங்கையர்கண்ணிதான் தமிழ்ப் பெயர். அதற்காக சாமி வேண்டாம் என்று நாம சொல்லுவதில்லையே. காலத்தால பெயர் மட்டும்தான் மாறியிருக்கு. தமிழ் இசை நமக்கானது. அதனால நாம சரியான புரிதலுடன் இருக்கணும். இந்த அடையாளத்தை நாம் மீண்டும் மீண்டும் சொல்லிகொண்டே இருக்கணும். இதற்கு சான்றாகப் பண்டிதரின் கருணாமிர்த சாகரத்திலிருந்தே உங்களுக்கு எடுத்து கூறுகிறேன் என்று அந்த இசை ஆய்வுநூலை எடுத்து வாசித்துக் காண்பித்தார். அன்றைக்கு இருந்த பண்கள் (ராகம்) தான் இன்று பெயர் மாறியிருக்கே தவிர அதை அப்படியேதான் பாடிக்கிட்டு இருக்கோம்.

ச ரி க ம ப த நி என்ற ஏழு சுரங்களின் பெயர் பூர்வ தமிழ்ப் பெயரே. சுரத்தை நமக்கு பிடித்தமாதிரி ஆ.. ஈ... ஊ... என்று கூட ஆளத்தியாக (ஆலாபனை)ப் பாடலாம். எந்த எழுத்தையும் எடுத்து வைத்து செய்யலாம். இப்படி சுரத்தை இசையாகச் சொல்லுவது பாணர் காலத்தில்(கி.பி. 1ம் நூற்றாண்டு) கிடையாது. அடியாருக்கு நல்லார் 'சரிகமபதநிச என்று சொல்வாரும் உளர்''. என்றுதான் சிலப்பதிகார உரையில் கூறுகிறார். அப்போ அதற்கு முன்கூட்டி நம்மகிட்ட ஒரு முறை இருந்திருக்கு என்றுதானே அர்ததம்.

இந்த ச ரி க ம ப த நி என்பதற்கு வடமொழிச் சொற்களான ஷட்ஜம், ரிசபம், காந்தாரம், மத்திமம், பஞ்சமம்,தைவதம், நிஷாதம் என்பதை சிலர் உருவாக்கியிருக்கின்றனர். இவற்றுக்கான தமிழ்சொற்களை பண்டிதர்தான் முதன்முதலில் கண்டுபிடித்துச் சொல்கிறார். தமிழ்ச்சொற்களான குரல், துத்தம், கைக்கிளை, உழை, இளி, விளரி, தாரம். இவ்வாறு தமிழ் இசை முறைகளை சிலப்பதிகாரத்தில் இருந்து எடுத்துச் சொல்கிறார்.

''மன்னவன் வந்தானடி தோழி'' என பி.சுசிலா பாடிய மேற்செம்பாலைப்பண்ணில் (கல்யாணி) வழங்கிய பாட்டு எந்தக் கல்யாணி கீர்த்தனைகளுக்கும் குறைந்ததல்ல. அதேபோல் செம்பாலை(அரிகாம்போதி), படுமலைப்பாலை(நடபைரவி), செவ்வழிப்பாலை (இருத்திமத்தோடி) அரும்பாலை (சங்கராபரணம்). கோடிப்பாலை(கரகரப்பரியா), விளரிப்பாலை(தோடி), இப்படி தமிழ்மொழிச் சொற்கள் சிலப்பதிகாரத்தில் வருகிறது என பண்டிதரே முதன் முதலில் ஆய்வு செய்து கருணாமிர்த சாகர நூலில் விளக்கியிருக்கிறார்.

இந்நூலில் மேலும் கூறியதாவது, ''இப்புத்தகம் கையெழுத்து பிரதியாகவும்,, அரைகுறையாகவும், அச்சாகி இருந்த நிலையில் அவைகளை வாசித்துப் பார்த்து, மிகுந்த சந்தோஷத்துடன் என்னை உற்சாகப்படுத்திய தமிழ் வித்வ சிரோமணி சோழவந்தான் மகா ஸ்ரீ அரசஞ்சண்முகம் பிள்ளை அவர்களுக்கும், பிரசிடென்ஸி காலேஜ் தமிழ்த் தலைமைப் பண்டிதர் உத்தமதானபுரம் மகா மகோபாத்தியாய ஸ்ரீ சாமிநாதையர் அவர்களுக்கும், அம்பாசமுத்திரம் ஹைஸ்கூல் தமிழ்ப் பண்டிதர்மகாஸ்ரீஅரிகரபாரதியார் அவர்களுக்கும் இவ்வாறு இன்னும் நிறைய வித்துவான்களுக்கும் என்

மனப்பூர்வ வந்தனம் சொல்லுகிறேன்'' என்கிறார் பண்டிதர். குறிப்பாக சிலப்பதிகாரம், அதன் உரைகள், அதை வெளிக்கொணர்ந்த உவேசாவை மிக உயர்வாகப் பாராட்டுகிறார். "அழிந்து போகாமல் அச்சிட்டுத் தந்து நுட்பமான சுருதிகள் வழங்கும் நாலு பாலைகளைச் சொல்லும் பூர்வ தமிழ் முறைகளடங்கிய சிலப்பதிகாரத்தின் பேருதவியினாலேயே நான் எழுதக் கூடியவனானேன் என்று மனப்பூர்வமாய் ஒப்புக் கொள்கிறேன்''. எனப் பாராட்டுகிறார்.

ஆக, நீங்க எல்லாவற்றையும் பற்றி சொல்லனும்னா ஒரு வற்றாத ஜீவ நதி சிலப்பதிக்காரம்தான். இன்றைக்கு நீங்க இசை பற்றி ஒரு ஆய்வு பண்ணனும்னா கருணாமிர்த சாகரம்தான் மேலும் ஒரு வற்றாத ஜீவ நதி.

தற்போதைய தமிழிசையின் நிலைமை குறித்துக் கேட்டபோது:

ஒரு முறை எழுத்தாளர் ஜெயமோகனிடம் ''சொல் புதிது'' இதழுக்காகப் பேசிகொண்டிருந்தப்போது அவர் சொன்னார் ''இந்த கருணாமிருத சாகரம் கேரளத்தில் வந்திருந்தால் இதற்குள் இந்த நூலைப்பற்றி பத்து நூல்கள் வந்திருக்கும். கருணாமிர்தசாகரம் மூலநூலில் குறிப்பிடுக்கின்ற இசைச் செய்தி, கருணாமிர்த சுருக்க நூல், கருணாமிர்த சாகரத்திற்கு விளக்க நூல் இவ்வாறு நாங்கள் பத்து நூல் கொண்டுவந்திப்போம்'' என்றார். ஆபிரகாம் பண்டிதர் வெளிநாட்டில் பிறந்திருந்தால் இன்றைய ஆபிரகாம் பண்டிதர் என்ற நூல் எழுதியிருப்பார்கள்; அவரது உறவினர்கள் என்ன செய்கிறார்கள் அதில் யார் இசைத்துறையில் இருக்கிறார்கள் யாரெல்லாம் பண்டிதரைப்பற்றி ஆய்வு செய்திருக்கிறார்கள். யார் கட்டுரை எழுதியிருக்கிறார்கள். என்று

இப்படி நூல்கள் வந்திருக்கும் என்று ஆற்றாமையுடன் மம்மது கூறினார்.

ஏனென்றால் கருணாமிர்த சாகரத்தில் பண்டிதர் இசையைப் பற்றி மட்டும் அல்லாமல் தமிழ்மொழித் தொன்மை, குமரிக்கண்டம் அழிஞ்சது, தமிழ்ப்பண்பாட்டுச் செய்திகள் இப்படி நிறைய கூறியிருக்காரு. இதையெல்லாம் நான் நம்ம பல்கலைக்கழகங்களில் சொல்லியிருக்கிறேன். நமது பாடத்திட்டத்தில் ஒரு பகுதியாக இவற்றைச் சேர்க்க வேண்டும்; அந்த நூலைப் பரவலாகக் கொண்டு செல்லவேண்டும். அப்போதுதான் தமிழ்நாட்டில் 10 லட்சம் பேரு படிப்பார்கள். ஆனால் பல்கலைக்கழகங்கள் அதற்கு அசைந்து கொடுப்பதாகத் தெரியவில்லை. புலவர்கள் பாடலின் நயத்தைப்பற்றி மட்டும் சொல்லிவிட்டு கைதட்டு வாங்கி கொண்டு சென்று விடுகின்றனர்

என ஆதங்கத்தோடு முறையிட்டார்.

இந்த நூற்றாண்டிலாவது பாடத்திட்டத்தில் வைப்பதற்கு ஏதாவது பல்கலைக்கழகங்கள், கல்லூரிகள் ஆவன செய்யவேண்டும். அப்போதுதான் மாணவர்களுக்கு கருணாமிர்த சாகரம் மற்றும் ஆபிரகாம் பண்டிதர் யார் என்றாவது தெரியவரும். அதுதான் பண்டிதருக்கு நாம் செய்யும் உரிய அங்கீகாரம் என்கிறார் இசை ஆய்வாளர் மம்மது.

பேட்டி : நெல்லை மா.கண்ணன்

14. நிகண்டுகளில் பண்குறிப்புகள்

"ஒரு சொல் பல பொருட்கு உரிமை தோன்றினும்

பல சொல் ஒரு பொருட்கு உரிமை தோன்றினும்"

● தொல்.உரியியல் நூற்பா.1

நிகண்டுகளின் சிறிய அறிமுகம் முதல் பகுதியாகவும், நிகண்டுகள் குறிப்பிடும் பண்கள் பற்றிய செய்திகள் அடுத்த பகுதியாகவும் கட்டுரையில் அமைகின்றன.

1. நிகண்டு அறிமுகம்

"எல்லாவற்றையும் அறிந்து கொள்ள முயல்கின்றானே, மெல்ல மெல்ல சொற்களஞ்சியத்தை வளர்த்துக் கொள்கிறானே, அவன்தான் அறிஞனாகத் திகழ்கிறான். ஒரு மொழியின் பெருமையையும், பழமையையும், மக்களின் பண்பாட்டையும் அறிந்து கொள்ள வேண்டுமானால், அம்மொழியின் அகராதியினைப் புரட்டினாலே போதும், பெரும்பாலும் விளங்கிவிடும்"

- பிங்கல நிகண்டு, பதிப்பாசிரியர்

முன்னுரை

இன்றைய அகராதிகளின் தாய், நிகண்டு என்பதைப் போல் நிகண்டுகளின் தாயான தொல்காப்பியத்தின் உவமஇயல், உரியியல், மரபியல் என்பனவற்றுள் சொற்களுக்குப் பொருள் உரைக்கின்றார்''

உரியியல் என்ற தனிஇயலில் குறிப்பிடும்படியாகப் பல சொற்களுக்குப் பொருள் தருகின்றார் தொல்காப்பியர்.

சொற்களுக்குப் பொருள் கூறும் நூலுக்கு உரிச்சொல் நூல் என்ற பெயரும் தோன்றியது. சான்றாக, காங்கேயர் செய்த 'உரிச்சொல் நிகண்டு' இது 'உரிச்சொல்' என்றே முதலில் வழங்கப்பட்டிருக்க வேண்டும்.

இன்றைய அகராதிகளுக்கு முதல் நூல் நிகண்டுகளே என்று கூறலாம். சான்றாக 'அகராதி நிகண்டு'. இந்த நிகண்டானது, நிகண்டுகளுக்கே உரிய கொளுக்கள் இன்றி, இன்றைய அகராதி போன்ற அமைப்பைக் கொண்டது.

41 நிகண்டுகளின் பெயர் தெரிந்திருந்தும் இதுவரை 26 நிகண்டுகள் மட்டுமே அச்சேரியுள்ளதாக அறிகின்றோம்.

பேராசான் மு.அருணாசலம் எழுதியுள்ள 'தமிழ் இலக்கிய வரலாறு' 9ஆம் நூற். முதல் பாகம் (திவாகரம் பற்றி), மற்றும் 10ஆம் நூற். (பிங்கலம் பற்றி) வரலாறுகளிலும், சுந்தரசண்முகனாரின் 'தமிழ் அகராதிக்கலை' (பக்.515) மற்றும் பேரா.வ.செயதேவனின் 'தமிழ் அகராதி இயல் வளர்ச்சி வரலாறு' ஆகிய நூல்களிலும் நிகண்டுகள் குறித்து விரிவான ஆய்வுச் செய்திகளைப் பதிவு செய்துள்ளனர். சென்னைப் பல்கலைக்கழகத்

தமிழ்ப் பேரகராதி (Tamil lexican) 50 பக்கங்களில் நிகண்டுகள் மற்றும் அகராதிகள் குறித்து மிக நுட்பமான செய்திகளை விரிவாகத் தருகின்றது. மேலும் இப்பல்கலைக்கழகம் பதிப்பித்த திவாகர நிகண்டு மற்றும் ஏனைய நிகண்டுகளிலும் நிகண்டுகள் குறித்து விரிவான செய்திகள் உள்ளன.

நிகண்டுகள் 'பா' வடிவிலேயே பாடப்பட்டுள்ளன, இது பண்டைய வழக்கம்; மனப்பாடம் செய்வதற்கு ஏதுவாக. சில நிகண்டுகளும் அவற்றின் பாவடிவும்:

1. திவாகரம் மற்றும் பிங்கலம் - சூத்திரம், நூற்பா அகவல் என்று பெயர் பெற்ற - அகவல்பா

2. உரிச்சொல் நிகண்டு - வெண்பா

3. பாரதி தீபம் - கலித்துறை

4. அகராதி நிகண்டு, சூடாமணி, ஆசிரிய நிகண்டு - அறுசீர் ஆசிரிய விருத்தம்

5. கயாதரம் - கட்டளைக் கலித்துறை

திவாகர நிகண்டின் 12 தொகுதிகளில், 11ஆம் தொகுதியான 'ஒரு சொல் பல்பொருள் பெயர்த்தொகுதி' இன்றைய அகராதி அமைப்பு முறையில் உள்ளது. இதுவே பிற்கால அகராதி அமைப்பு முறைக்கு வழிகோலியதாகக் கொள்ளலாம். இந்த முறையை அடியொட்டித்தான் சிதம்பரம் இரேவணசித்தர் தமது 'அகராதி நிகண்டு' அமைத்திருப்பார் என்று ஊகிக்கலாம்.

- Antonyms - எதிர்ச்சொற்கள் - குளிர் x வெப்பம் (Cold x hot)
- Synonyms - ஒரு பொருள் தரும் பல சொற்கள் - முகில், கார், Friend, Companion

- Homonyms - பல்பொருள் தரும் ஒரு சொல் - மேல்-மேற்கு, மேலே; கீழ் - கிழக்கு, கீழே.

Thesarus என்றும் அழைப்பர். இத்தகு Synonyms மற்றும் Hononyms அடங்கியதே நிகண்டுகள்

II நிகண்டுகளில் பண்கள் பற்றிய குறிப்புகள்

நிகண்டுகளின் 'ஒலி பற்றிய பெயர்த்தொகுதி' யில்தான் பண் குறித்த செய்திகள் மிகுதியாக உள்ளன. ஏனைய தொகுதிகளில் ஆங்காங்கே பண் பற்றி மிகச்சில செய்திகளும் இடம்பெறுகின்றன.

திவாகரம், பிங்கலம், சூடாமணி, அகராதி நிகண்டு ஆகியவற்றில் பண் பற்றி மிகுந்த செய்திகள் உள்ளன. இந்த நான்கு நிகண்டுகளும் இங்கு ஆய்வுக்கு எடுத்துக் கொள்ளப்படுகின்றன. நிகண்டுகளுக்கிடையேயான பண் பற்றிய செய்திகள் ஒப்பாய்வு செய்யப்படவில்லை.

1. திவாகர நிகண்டு

தமிழில் முதலில் தோன்றிய நிகண்டு; திவாகரர் இயற்றியது. சேந்தன் ஆதரித்ததால் சேந்தன் திவாகரம்; மிக விரிவான நிகண்டு. அடுத்து வந்த நிகண்டுகள் இத்திவாகரத்தை அடியொட்டியவையே. அறிஞர் மற்றும் ஆய்வாளரால் பெரிதும் பார்வையிடப்படும் நிகண்டு. இருப்பினும் திவாகர நிகண்டு பற்றிச் சில செய்திகளைப் பதிவு செய்ய வேண்டியுள்ளது.

நிகண்டுகள் பற்றிய பதிப்புக் குறிப்புகள்

"நிகண்டுகள் அனைத்திலும் காலத்தால் முந்தியது திவாகரமாகும். இந்நூல் இன்றுகாறும் திருத்தமாகப்

பதிப்பிக்கப்பெறவில்லை. பிரதி செய்தோரால் நேர்ந்த பிழைகள் ஒருபுறமிருக்கப் பலசூத்திரங்கள் பிற்காலத்து ஆசிரியர்களால் சேர்க்கப்பட்டும், சூத்திரவைப்பு முறை மாற்றப்பட்டும் இருத்தலின், திவாகரத்தின் மூலவடிவம் இன்னதென்று உணர்வது அரிதினும் அரிதாய் முடிந்தது. இந்நூலை முதன்முதலில் பதிப்பித்த வித்துவான் தாண்டவராய முதலியார் தாமே பல சூத்திரங்களைப் புதியனவாய் இயற்றிச் சேர்த்து அச்சிடுவித்தார்கள். இவ்வாறு புதுக்கிய திவாகரமே இப்போது வழங்குவது. ஆகவே, ஆராய்ச்சியாளருக்குச் சிறிதேனும் பயன்படக்கூடிய நிலையில் இந்நூல் இல்லை. (பேரா.வையாபுரிப் பிள்ளை தாம் பதிப்பித்த கயாதர நிகண்டு முன்னுரையில் (பக் - XVI) திவாகரப் பதிப்பு பற்றிக் கூறியுள்ள மதிப்பீடு)

திவாகர நிகண்டு சமண சமய முதல்வன் 'அருகன்' பெயர் தரும் நூற்பாவை முதலாகக் கொண்டது, வையாபுரியார், மு.இராகவையங்கார் கையெழுத்தப் படிகளும் இவ்வாறே உள்ளன. ஆனால் இன்று கிடைக்கும் திவாகர நிகண்டு சிவன் பெயரில் தொடங்குகின்றது. (சைவகைங்கரியம்). வினாயக வணக்கமும் செருகப்பட்டுள்ளது. நயநப்ப முதலியாரும் தன் பங்குக்கு புதிய நூற்பாக்களை இயற்றிச் செருகியுள்ளார். (மொத்த இடைச்செருகல் நூற்பாக்கள் 280)

- திவாகர பதிப்பாசரியர் தரும் செய்திகளின் சாரம் (liv to lvi)

1000 ஆண்டுகளுக்கு முற்பட்ட திவாகரத்திலே இவ்வளவு பாட வேறுபாடுகளும், இடைச் செருகல்களும் என்றால், 2000, 3000 ஆண்டுப் பழமையான தொல்காப்பியம், சங்க இலக்கியம், சிலப்பதிகாரம், உரைநூல்கள், இலக்கண நூல்கள் இவற்றில்

எவ்வளவு பாட வேறுபாடுகளும், பிழைகளும், இடைச் செருகல்களும் மிகுந்திருக்கும்! எது அசல் எது போலி என்று அறிவதிலேயே ஆய்வாளர்களின் நேரமும், உழைப்பும் எவ்வளவு வீணாகும்?

இவ்வளவு இடர்ப்பாடுகளுக்கிடையேதான் திவாகரம் கூறும் பண் பற்றிய செய்திகளை ஆய்வு செய்யும் நெருக்கடி உள்ளது. இப்பொழுது திவாகரம் தெரிவிக்கும் பண்கள் பற்றிப் பார்க்கலாம்:

"நிறை நரம்பிற்றே பண் எனலாகும்" - நூற்பா.102 (மிகை)

பண் (இராகம்) ஏழுசுரம் கொண்ட தாய்ப்பண். அதுபற்றிய நூற்பா இது.

ஏழுசுரப்பண்களின் வேறு பெயர்கள் : மேளம், கர்த்தா, மேளகர்த்தா, சம்பூரணம், (heptatonic, generatives (பண்டை நாளில் இவ்வாறான ஏழுசுரப் பண்கள் - பண், யாழ், பாலை என்று பெயர் பெற்றிருந்தன).

"குறை நரம்பிற்றே திறமெனப்படுமே" - மேலது

ஆறுசுர, ஐந்து சுர, நான்கு சுரங்கள் கொண்ட பண்ணியல், திறம், திறத்திறம் (சாடவம், ஔடவம், சதுர்த்தம்) பற்றிய நூற்பா இது.

(பண் என்பது 4, 5, 6, 7 சுரங்களைக் கொண்ட பண் (இராகம்)ளுக்கான பொதுப்பெயர்;' சிறப்பாக 7 சுரப் பண்களைக் குறிப்பது)

(திறம் என்பது 4, 5, 6 சுர (இராகம்)ப் பண்களைக் குறிப்பது. திறத்திற்கான வேறு பெயர்கள் - பகுதி, தொகுதி, சேய்ப்பண், ஜன்ய இராகம், derivatives)

'யாமை யாழ்ப்பெயர்... நாற்பெரும்பண்ணே'' - நூற்பா.1874

மேற்கண்ட நூற்பாவில் வரும் ''செவ்வழி யாழ்ப் பெயர் முல்லையாகும்'' என்ற கூற்று சரியா?

செவ்வழியாழ் - சரி1க1ம1ம2த1நி1 - இருமத்திமத்தோடி

முல்லையாழ் - சரி2க2ம1பத2நி1 - அரிகாம்போதி

எனவே, செவ்வழியாழ் வேறு; முல்லை யாழ் வேறு, 'பாலையாழும்' என்பது தமிழிசையின் தலைமைப் பாலையான முல்லையாழ்-செம்பாலை-அரிகாம்போதிக்குத் தமிழ்ச் சான்றோர் தந்த பெயர்.

(வலமுறைத்திரிபில் முதல்பாலை, தலைமைப் பாலை முல்லை யாழ். எனவே அதற்குச் சிறப்பு கருதி பாலையாழ் என்றும் பெயர் சூட்டியுள்ளனர்.)

எனவே நாற்பெரும் பண்களாவன:

1.	முல்லையாழ்	செம்பாலை	அரிகாம்போதி
2.	குறிஞ்சியாழ்	படுமலைப்பாலை	நடபயிரவி
3.	செவ்வழியாழ்	செவ்வழிப்பாலை	ஈருழைத்தோடி (இருமத்தி மத்தோடி)
4.	மருதயாழ்	கோடிப்பாலை	கரகரப்பிரியை

(விரிவான செய்திகளுக்குப் பார்க்க: 'நானிலப்பண்', தமிழிசைப் பேரகராதி, பக்.323)

"யாமை யாழ்ப்பெயர் குறிஞ்சியாகும்..."   -1874

குறிஞ்சி நிலத்தின் பெரும்பொழுது - கூதிர்; சிறுபொழுது - யாமம்.   (தொல். அகத்திணையியல் நூற்பா.6)

குறிஞ்சி நிலப் பண், பாடும் காலம் - யாமம் (யாமை). எனவே நிலத்தின் சிறுபொழுதால் அந்நிலப்பண் பெற்ற பெயர் - யாமை யாழ் - நடபயிரவி (யாமம் -யாமை; யாழ், பாலை- ஏழுசுரப்பண்).

"திறனில் யாழ்ப் பெயர் நெய்தல் யாழ் ஆகும்" - 1875

நாற்பெரும்பண்ணில் செவ்வழியாழ் என்பது நெய்தல் நிலத்திற்குரிய நெய்தல் யாழ்; இச்செவ்வழிப் பண்ணில் இளி (பஞ்சமம்) சுரம் வராது, ஆகையால், 'திறன் இல் யாழ்' எனக் குறிப்பதாகக் கருதலாம். (வீ.ப.கா.சுந்தரம் இது குறித்துப் பதிவிட்டுள்ளார்)

அடுத்து குறிஞ்சி யாழின் எட்டுத்திறப்பண் கூறுகின்றார்.

"நைவளம் திறனே"...   - 1876

1. நைவளம் - நட்டபாடை - நாட்டை
2. காந்தாரம் - கருநாடக தேவகாந்தாரி (ஆபேரி)
3. மலையம் - மலயமாருதம் ஆகலாம்
4. பஞ்சுரம் - சங்கராபரணம்
5. மருள் - இந்தளம் (இந்தோளம்)

6. அயிர்ப்பு - என்ன பண் என்று அறியஇயலவில்லை

7. அரற்று - என்ன பண் என்று அறியஇயலவில்லை

8. செந்திறம் - மதுமாதவி - மத்யமாவதி

(குறிஞ்சி யாழின் திறப்பண்ணாக, அதாவது நடபயிரவியில் பிறந்ததாகச் சங்கராபரணத்தைக் கூறுவது ஏற்படையதல்ல).

அடுத்து செவ்வழி யாழ்த்திறம் நான்கு கூறுகின்றார்.

"நேர்திறம்,... திறனே"   -1877

1. நேர்திறம் - இது மூலத்தில் நோதிறம் என்றே இருந்திருக்க வேண்டும். நோதிறம் -இந்தோளம்; நோதிறம் - நோய் சேர்ந்த திறம்.

"நோய் சேர்ந்த திறம்பண்ணி."- கலித்தொகை 77:18

(விரிவுக்குப் பார்க்க: நோதிறம்-தமிழிசைப் பேரகராதி, பக்.342)

2. பெயர்திறம் - அறியஇயலவில்லை

3. யாமை யாழ் - நடபயிரவி-குறிஞ்சியாழ்

4. சாதாரி - முல்லைப்பாணி-மோகனம்

செவ்வழி யாழின் திறப்பண்ணாக, குறிஞ்சி யாழையும், முல்லைப் யாழையும் கூறுவது ஏற்புடையதல்ல.

அடுத்து பன்னிரு பாலை யாழ்த்திறம் கூறுகின்றார்.

பாலையாழ் - அரிகாம்போதி

"அரவம்.. என்ப"   -1878

அராகம், உறுப்பு, குறுங்கலி - இன்ன பண்கள் என அறியஇயலவில்லை.

நேர்திறம்-நோதிறம்-இந்தளம்-இந்தோளம்

ஆசான் - ஆசான்திறம்-கருநாடக தேவகாந்தாரி

(விரிவுக்குப் பார்க்க : நா.மம்மது, ஆதி இசையின் அதிர்வுகள், பக்.40 மற்றும் 71)

ஏழ்பெரும் பாலைகளில் மீதி ஆறு பாலைகளை பாலை யாழ்த்திறமாக கூறியுள்ளது ஏற்புடையதல்ல. மிகுந்த குழப்பத்தைத் தரும் நூற்பாக்களில் இதுவும் ஒன்று. (பண் பெயர்ப்பில் பாலை (அரிகாம்போதி) யாழிலிருந்து மீதியுள்ள ஆறு பாலைகளும் பிறப்பதைக் குறிப்பிடுவதாக இந்நூற்பவைக் கருதலாம்)

அடுத்து நான்கு மருத யாழ்த்திறம் கூறுகின்றார்.

"நவிர் ... திறன் ஆகும்மே" -1879

1.	நவிர்	இன்ன பண் எனத் தெரியவில்லை
2.	படு	படுமலைப்பாலையாகலாம்
3.	குறிஞ்சி	படுமலைப்பாலை
4.	பியந்தை	பியந்தைக்காந்தாரம் -காந்தாரம்- கருநாடக தேவகாந்தாரி

(மருதயாழ்த்திறமாக படு மற்றும் குறிஞ்சியைக் கூறியது ஏற்புடையதல்ல).

அடுத்து நெய்தல் யாழ்த்திறம் கூறுகின்றார்.

"திறனில் யாழ், விளரி நெய்தல் நிலம் சிவணும்" -1880

| 1. | திறனில் யாழ் | ஈருழைத்தோடி | இருமத்திமத்தோடி |
| 2. | விளரி யாழ் | தோடி | |

இவை இரண்டும் நெய்தல் நிலப்பெரும்பண்கள் ஆயினும் இவை இரண்டையும் நெய்தல் யாழ்த்திறமாக, சேய்ப்பண்களாகக் கொள்ளமுடியாது.

அடுத்து ஏழு (இராகம்) பண்களைக் குறிப்பிடுகின்றார்.

"தக்கராகம்.... புலவர்" - 1887

1.	தக்கராகம் பழந்தக்கராகம்	ஆரபி, மற்றும் சுத்த சாவேரியாக ஓதுவார் மரபில் பாடப்படுகின்றது
2.	துக்க ராகம்	இந்தளம்-இந்தோளம்
3.	நட்டராகம்	நாட்டை
4.	கின்னராகம்	அறியஇயலவில்லை
5.	சங்கிர்ணராகம்	அறியஇயலவில்லை
6.	நிருபதுங்க ராகம்	அறியஇயலவில்லை

வடநாட்டு இந்துத்தானி இசையில் இந்தளப்பண் (மால் கவுன்ஸ்) இன்றளவும் அவலச் சுவை (துக்க ராகம்)ப் பண்ணாகவே பாடப்படுகின்றது.

அடுத்து கொல்லி என்ற பின்னொட்டுப் பெறும் பண்களைக் கூறுகின்றார்:

கொல்லி - கொல்லிக்கவ்வாணம் - மலைநிலப் பெரும்பண்-படுமலைப்பாலை என்ற நடபயிரவி யாகும். ஏனைய பண்களை அறிய இயலவில்லை.

"சாயவே... கொல்லிப் பெயர் என இசைப்பர்" - 1888

அடுத்து, வராடி என்ற பின்னொட்டுப் பெறும் பண்களைக் கூறுவார்.

"ஆரிய... பெயரே"- 1889

வராடி என்பது பின்னாளில் வராளி ஆகியிருக்கலாம். இம்மூன்று பண்களையும் என்னவென்று அறியக்கூட இயலவில்லை.

அடுத்து, குறிஞ்சி என்ற பின்னொட்டுப் பெறும் பண்களைக் கூறுவார்.

"சாவகன் குறிஞ்சி... பல்பெயரே"-1890

1.	சாவகன் குறிஞ்சி	என்ன பண் என்று அறியமுடியவில்லை
2.	மேகராகக் குறிஞ்சி	நீலாம்பரி என்றவாறு
3.	வியாழக்குறிஞ்சி	சௌராட்டிரம் என்றும்
4.	அந்தாளிக்குறிஞ்சி	சாமா என்றும் ஓதுவார் முறையில் பாடப்படுகின்றன.

அடுத்து, நான்கு பண்களைப் பதிவு செய்கின்றார்

"பஞ்சமம்... தக்கேசி"-1892

1.	பஞ்சமம்	கோடிப்பாலை கரகரப்பிரியை
2.	காம்போதி	இன்றைய காம்போதிப்பண்
3.	பாண்டி	அறியஇயலவில்லை
4.	தக்கேசி	காம்போதியாக ஓதுவார் மரபில் பாடப்படுகின்றது.

"இந்தளமே மருள் இந்தளமே ஆகும்"-1893

இந்தளம் - இந்தோளம்

இப்பண்ணிற்கு முற்காலத்தில் வழங்கிய பெயர்களில் ஒன்று. மருள் மற்றும் மருள் இந்தளம்...

(கேரள கதகளியில் இப்பண் 'இந்தளம்' என்றே குறிப்பிடப்படுகின்றது)

அடுத்து, "காந்தாரபஞ்சமம்"-1891

1. காந்தார பஞ்சமம் - கருநாடக தேவகாந்தாரி; ஆயினும் தேவார பாடுமுறையில் காந்தார பஞ்சமம் என்ற பண் 'கேதார கௌளை'யாகப் பாடப்படுகின்றது.

அடுத்ததாக 28 பண்களைப் பட்டியலிடுகின்றார்.

"இராமக்கிரி....பண்ணே"   -1894

1. இராமக்கிரி,
2. தேசாக்கிரி

3. கொண்டைக்கிரி
4. மகுட ராமக்கிரி
5. அந்தாளிபாடை - அந்தாளி, அந்தாளிக்குறிஞ்சி - சாமா
6. நட்டபாடை - நாட்டை
7. அருமவதி - தருமவதியின் பாட வேறுபாடாகலாம்
8. செந்துருதி - துருத்தி, செந்துருத்தி, மாதவி, மதுமாதவி - மத்யமாவதி
9. சீகாமரம் - இக்காலம் பாடப்படும் பண் ஒன்று
10. சிகண்டி
11. காந்தாரம் - கருநாடக தேவகாந்தாரி
12. புறநீர்மை - பூபாளமாக ஓதுவார் மரபில் பாடப்படுகின்றது
13. குறண்டி,
14. கௌசிகம் - பயிரவி
15. நாட்டை - நாட்டை
16. சாதாரி - முல்லைப்பாணி - மோகனம்
17. சாயரி,
18. குச்சரி,
19. நளுத்தை - இன்ன பண்கள் என அறியமுடியவில்லை
20. பழம்பஞ்சுரம் பழஞ்சுரம், பஞ்சுரம், பழம்பஞ்சுரம் என்பது பாலை யாழ்-அரும்பாலை - சங்கராபரணம்.

21. பஞ்சுரம் என்றழைக்கப்பட்ட சங்கராபரணம்.

(இப்பண்ணிலுள்ள 'சுரம்' என்பது பாலைநிலத்தைக் குறிப்பது: இது பாலை நிலப் பெரும்பண்)

22. கவ்வாணம் - கொல்லிக்கவ்வாணம்-நடபயிரவி

23. கொல்லிக்கவ்வாணம்-மேலது

24. காஞ்சி - தோடி

25. கவுடிகம் - கவுசிகம் ஆகலாம் -பயிரவி

26. காம்போதி - காம்போதிப்பண்

2. பிங்கல நிகண்டு

பிங்கலர் இயற்றியது; பிங்கலந்தை என்ற பெயருமுண்டு; திவாகரரின் மகன், மாணவன் என்ற கருத்தும் உண்டு.

பிங்கல நிகண்டு, திவாகரத்தின் வழிநூல் என்பர் சிலர். ஆயினும் முதல் நூல் என்ற சிறப்புக்குரியது; பரந்துவிரிந்தது; செம்பதிப்புகள் வெளிவந்துள்ளன,

'அநுபோக வகை' என்ற ஆறாவது தொகுதியில் 'பண்' பற்றி நிகண்டாசிரியர் விரிவான செய்திகளைத் தந்திருக்கின்றார்.

''கானல் .. காமரப் பாட்டே'' -1374

காமரம் - ஒரு பண் - சுத்ததந்யாசி

காமரம் - சீகாமரம் (சீரங்கம், சீராகம் போன்று) ஆகியிருக்கலாம்.

(பார்க்க : சீகாமரம், தமிழிசைப் பேரகராதி, பக்.234)

''பின்னு மோர் காமர யாழ் அமைத்து'' - ஆதி உலா

(பண்டை நாளில் அனைத்துப் பண்களுக்கும் 'யாழ்' என்ற பொதுப்பெயர் வழங்கியுள்ளது; யாழ் = பண்)

காமரம் - திருமுறை கண்ட புராணத்தில் குறிப்பிடப்படும் பண்.

"பாலை, குறிஞ்சி, மருதம், செவ்வழி..பண்ணே" -1375

நால்வகை நிலத்திற்கான, நால்வகை யாழ் (பண்) பற்றிக் கூறுகின்றார்.

1.பாலை	முல்லைநிலம்	செம்பாலை	அரிகாம்போதி
2.குறிஞ்சி	குறிஞ்சி நிலம்	படுமலைப்பாலை	நடபயிரவி
3.மருதம்	மருதநிலம்	கோடிப்பாலை	கரகரப்பிரியா
4.செவ்வழி	நெய்தல்நிலம்	ஈருழைப்பண்	இருமத்தி மத்தோடி

அடுத்ததாக ஐந்து பாலையாழ்த்திறம் கூறுகின்றார்.

"அராக... திறனே"   - 1376

1. அராகம்,

2. உறுப்பு

3. குறுங்கலி - என்னபண் என விளங்கவில்லை

4. நேர்திறம் - புறநீர்மை, வைகறைப்பாணி - சிவரஞ்சனி

5. ஆசான் - ஆசான்திறம் - கருநாடக தேவகாந்தாரி

அடுத்து எட்டு குறிஞ்சி யாழ்த்திறங் கூறுவார்

"நைவளம்.... திறனே" - 1377

திறப்பண்கள் அயிர்ப்பு, அரற்று என்னவென்று அறியக்கூடவில்லை.

அடுத்ததாக, நான்கு மருத யாழ்த்திறம் குறிப்பிடுகின்றார்.

''நவிர்.... திறனாகும்'' - 1378

திறப்பண்கள் நவிர், வஞ்சி, செய்திறம் என்னவென்று தெரியவில்லை.

அடுத்து நான்கு செவ்வழி யாழ்த்திறம் பதிவுபெறுகின்றது

''நேர்திறம்... திறனே'' - 1374

நேர்திறம் - நோதிறம் - இந்தளம்

பெயர்திறம் - என்ன பண் எனத் தெரியவில்லை

சாதாரி - முல்லைப்பாணி- மோகனம்

இவை செவ்வழிப்பண்ணில் பிறந்ததாகக் கூறுவது ஏற்கத்தக்கதல்ல.

அடுத்து முக்கியமான பதிவு - பதினாறு பெரும்பண்கள் (மேளகர்த்தா) குறித்து வரும் செய்தி.

''ஈரிரு பண்ணும்... பதினாறும் பெரும்பண்'' -1380

இவற்றுள் மண்டலியாழ், பவுரி, தேவதாளி, நிருபதுங்கராகம், நாகராகம், ஆசாரி, சாயவேளர் கொல்லி, கின்னராகம், மௌசாளி, சந்தி என்ற பத்து திறப்பண்கள் பற்றி அறிய இயலவில்லை (நாகராகம்-புன்னாகவராளி ஆகலாம்; ஆசாரி-ஆகிரியின் பாட வேறுபாடாகலாம்).

பின்பு இருபது பாலையாழ்த்திறம் கூறுகின்றார்.

''தக்கராகம்... பாலை யாழ்த்திறமென்ப'' -1381

இவற்றுள் அந்தி, மன்றல், வராடி, பெரிய வராடி, சாயரி, திராடம், அழுங்கு, சோமராகம், கொல்லி வராடி, சிகண்டி, சுருதி காந்தாரம் ஆகிய பதினொறு பண்கள் என்னவென்று அறியக்கூடவில்லை.

அடுத்து முப்பத்திரண்டு குறிஞ்சி யாழ்த்திறம் பற்றிய பதிவு

''நட்டபாடை. முப்பத்திரண்டும்... குறிஞ்சியாழ்திறமே.1382

இவற்றுள் விபஞ்சி, கௌடி, கேதாரி, பாடை, சூர்துங்கராகம், நாகம், திவ்வியவராடி, முதிர்ந்த இந்தளம், அநுத்திரபஞ்சமம், தமிழ்க்குச்சரி, அருட்புரி, தக்கணாதி, சாவகக்குறிஞ்சி, ஆநந்தை ஆகிய பதினான்கும் என்ன பண்கள் எனப் புரியவில்லை.

கௌடி - கௌளை யாகவும் , கேதாரி - கேதாரமாகவும் பின்னாளில் மாறியிருக்கலாம்)

(நாகம் - புன்னாகவராளி (நாகவராளி) ஆகியிருக்கலாம்)

அதன்பின் மருத யாழ்த்திறம் பதினாறு கூறுகின்றார் - 1383. இவற்றுள் ஆரிய குச்சரி, நாகதொனி, சாதாளி, தமிழ்வேளர் கொல்லி, கூர்ந்த பஞ்சமம், பாக்கழி, தத்தளபஞ்சமம், மாதுங்க ராகம், சாரல், சாங்கியம் ஆகிய பத்தும் என்ன பண் எனத் தெரியவில்லை.

நாகதொனி - (நாகவராளி) புன்னாக வராளி; சாரல் -மலயமாருதம் ஆகியிருக்கலாம். சாதாளி என்பது சாதாரியின் பாடவேறுபாடாகலாம்.

பின்பு செவ்வழி யாழ்த்திறம் பதினாறு என்பார்;

''குறண்டி... பதினாறுஞ் செவ்வழி யாழ்த் திறமென்ப'' -1384

குறண்டி, ஆரியவேளர்கொல்லி, தனுக்காஞ்சி, இயந்தை, யாழ் பதங்காளி, கொண்டைக்கிரி, சீவனி, சாளர், பாணி, தாணு ஆகியன என்ன பண்கள் எனப் புரிய முடியவில்லை.

(இயந்தை - பியந்தையின் பாட வேறுபாடாகலாம்; சாளர், பாணி இரண்டு பண்களாகுமா? சாளரபாணி என்றொரு தேவாரப்பண் உண்டு; பைரவம் - பைரவி ஆகியிருக்கலாம்) முல்லை, சாதாரி என்பவை செவ்வழி யாழ்த்திறங்களன்று.

அடுத்து சிறப்பான ஒருபதிவு

''தாரப்... நூற்று மூன்று திறத்தன' - 1385

இவ்வாறாக,

பெரும்பண்	16
பாலையாழ்த்திறம்	20
குறிஞ்சியாழ்திறம்	32
மருதயாழ்த்திறம்	16
செவ்வழியாழ்த்திறம்	16
தாரப்பண்திறம் காஞ்சி,படுமலை	03
ஆக	103

தமிழிசையின் பண்டைய 103 பண்களைச் சிறப்புற பிங்கலம் (நூற்பா.1380-1385) பதிவு செய்துள்ளது.

''பண்களாவன: பாலை யாழ் முதலிய நூற்று மூன்று''- குறள்.573 பரிமேலழகர் உரை

''பண்நூற்றுமூன்று'' - சிலம்பு.13 :110-12 அடியார்க் உரை

(விரிவிற்குப் பார்க்க : நூற்று மூன்று பண்கள்; தமிழிசைப் பேரகராதி,பக்.335)

(பார்க்க : பண்ணியல், யாழ்நூல், பக்.142-149)

(பேராசான் வெள்ளை வாரணனார், பன்னிறு திருமுறை வரலாறு, முதல் பகுதி, பக்.581-584)

அடுத்து இசை ஆய்வாளர்களுக்கான மற்றுமொரு இன்றியமையாத பதிவு -நூற்பா.1386

பண்களின் பெயர்கள் - ஒப்பு

எண் பண் பெயர்	மாற்றுப்பெயர்	இக்காலப்பண் இராகம்)
11. நேர்திறம் (இது நோதிறமாகும்)	துக்கராகம்,	இந்தளம்
22. காந்தார பஞ்சமம்,	உறழ்ப்பு,	கேதார கௌளை
33. சோமராகம்	குறுங்கலி	அறிய இயலவில்லை
44. காந்தாரம்சாரல்	கருநாடக	தேவகாந்தாரி
55. நட்டபாடை	நைவளம்	நாட்டை
(நயனமும், பண்ணும், வாளும் நாட்டம் - 3719)		

66. பழம்பஞ்சுரம்	பஞ்சுரம்	சங்கராபரணம்
77. கவ்வாணம்	படுமலை	நடபயிரவி
88. அனுத்திரபஞ்சமம்	அயிர்ப்பு	அறிய முடியவில்லை
99. குறிஞ்சி	அரற்று	நடபயிரவி
110. செந்துருத்தி	செந்நிறம்	மத்யமாவதி
111. தக்கேசி	நவிர்தக்கேசி	காம்போதி
112 வடுகு	இந்தளம்	இந்தோளம்
113. பாக்கழி	வஞ்சி	அறிய இயலவில்லை
114. சிகண்டி	செய்திறம்	அறிய இயலவில்லை
115. சாதாரி	முல்லை	மோகனம்
116. நேர்திறம்	புறநீர்மை	பூபாளம்

வரிசை எண். 2, 11, 16 ஆகியன ஓதுவார்முறையில் பாடப்படும் இக்காலப் பண்களாகும்.

இசையின் ஏழு சுரங்களின் பெயர்களைக் குறிப்பிடுகின்றார்-1402

  குரல்குரலாக - செம்பாலை -அரிகாம்போதி

  துத்தம் குரலாக- படுமலைப்பாலை - நடபயிரவி

  கைக்கிளை குரலாக - செவ்வழிப்பாலை - ஈருழைப்பண்

  உழை குரலாக -அரும்பாலை - சங்கராபரணம்

  இளி குரலாக - கோடிப்பாலை - கரகரப்பிரியை

விளரி குரலாக - விளரிப்பாலை - தோடி

தாரம் குரலாக - மேற்செம்பாலை - கல்யாணி

நூற்பா 1403-1409-ல் முதல் பாலையான செம்பாலை வழி வலமுறைத் திரிபில் பண்பெயர்ப்பாக வரும் ஆறுபாலைகள் ஆக ஏழ்பெரும் பண்ணைக் கூறுவார்,

நூற்பா 1376-ல் பாலை யாழுக்குரிய திறமாக ஆசான் என்று கூறியவர், 1422ல் குரற் (குரல்) குரிய திறனாக ஆசான்திறம் என்று கூறுகின்றார். இதன்மூலம் அறிவது

2. பண் ஆசான் என்பது ஆசான்திறம்.

3. குரல் என்பது குரல் குரலாக வரும் - குரல் பாலை-அரிகாம்போதி

''குரல் முதல் ஏழும் வழுஇன்றி இசைத்து''சிலப். இந்திரவிழா ஊர் எடுத்த காதை அடி.35

(குரல் முதல் ஏழும்-அரிகாம்போதி முதல் ஏழுபெரும் பாலைகளும்)

3. ஆக நூற்பா 1376-ல் பாலை யாழ் என்றது முதற்பாலையாகிய அரிகாம்போதியையே. (பாலையாழ்த் திறமாமாக ஆசான், ஆசான் திறம் கூறுவது ஆய்வுக்குரியது)

3. சூடாமணி நிகண்டு

ஆசிரியர் மண்டலபுருடர், விருத்த யாப்பில் பாடிய நிகண்டு. யாழ் ஆறுமுக நாவலரின் சீரிய பதிப்பு நமக்குக் கிடைக்கின்றது. சிறப்பான உரையும், அகர வரிசையிலான அருஞ்சொல் அகராதியும் கொண்ட நேர்த்தியான பதிப்பு.

''வரி, இராகம், பண், இசைப்பாட்டு'' - செயல் பற்றிய பெயர்த் தொகுதி பாடல் 32

இசைப்பாட்டிற்குப் பண் என்றொரு சொல் வழங்கியுள்ளது நமக்கு வியப்பளிக்கிறது,

''நிறைந்திடு பாலைத்திறங்கள்'' - மேலது

அராகம், நேர்திறம், உறுப்பு, குறுங்கலி, ஆசான் என்பவை அரிகாம்போதிப் பண்ணின் திறங்கள் என்கிறார்.

''நைவளம்.... குறிஞ்சி என்ப'' -மேலது

நைவளம், காந்தாரம், படுமலை, மருள், அயிர்ப்பு, பஞ்சுரம், மெய், ஆற்றுச் செந்திறம் என எட்டு நடபயிரவியின் திறங்களைக் குறிப்பிடுகின்றார். மெய், ஆற்றுச் செந்திறம் ஆகியன என்ன பண்கள் எனத் தெரியவில்லை. (ஆற்றுச் செந்திறம் என்பது இன்றைய மத்தியமாவதி ஆகலாம். மத்தியமாவதி பண்ணிற்கு துருத்தி என்ற ஒரு பெயரும் உண்டு. துருத்தி என்றால் ஆற்றிடைக் குறை)

''நவிர்... மருத யாழ்த்திறனே'' - மேலது.34

நவிர், படு, குறிஞ்சி, பியந்தை என நான்கு மருதயாழ்த்திறம் கூறுகின்றார்.

''நேர்திறம்.. நான்கு முல்லை''- மேலது.34

நான்கு முல்லை யாழ்த்திறப்பதிவு. பெயர்திறம் என்னவென்று தெரியவில்லை.

''...திறனில் யாழும், விளரியுநெய்தலாமே'' மேலது.34

செவ்வழி, விளரிப்பாலை இரண்டும் நெய்தல்நிலப் பண்கள் என்ற பதிவு.

"எண்வலி....காஞ்சி, மேகலை ஓர் பண்ணாம்"-ணகர எதுகை.18

காஞ்சி என்றொரு சங்ககாலப்பண். இற்றை நாளில் அது விளரிப்பாலையாகிய தோடிப் பண் என்று கண்டறியப்பட்டுள்ளது. (பார்க்க - வீ.ப.கா.சுந்தரம், தமிழிசைக்கலைக்களஞ்சியம், பக்.75-76/II)

"விளரிக் கொட்பின் வெண்ணரி கடிகுவென்" -புறம்.211:4

"பண் காஞ்சி இசைபாடும்" - பெரியபுராணம் திருக்குறிப்புத் தொண்டர் புராணம் பாடல் 86

"வேந்தனே.. காந்தாரம் இசை.." - நகர எதுகை பாடல்.4

"அந்தி... பாலையாழிசை" - மேலது, பாடல்.4

"ஆரல்.... சாரலே மருதயாழின் இசை." - ரகர எதுகை.22

"மருள் என்ப குறிஞ்சி யாழின் திறத்தோடு." - மேலது.28

"அராகம், செந்திறமே பாலையாழ்.. மேலது 42

"பாலை ஓர்மரம், நிலம், அந்நிலத்தினிற் பாடலும்"- லகர எதுகை7

பாலை நிலம் பற்றி வருவதால் அந்நிலத்திற்குரிய பாலை (யாழ்) என்பதை அரும்பாலை என்ற சங்கராபரணமாக இந்த இடத்தில் எடுத்துக் கொள்ளவேண்டும்.

"கவுசிகம் விளகுத் தண்டு, ஓர் பண்..." - வகர எதுகை.5

கவுசிகம் (கௌசிகம், கைசிகம்) என்பது பயிரவிப் பண்.

''சேவகம்.. சீவனி ஓர்மருந்து, செவ்வழி யாழ்த்திறத்தோர் ஓசை''-மேலது.6

''சுவல் நவிர் மருத யாழ்'' - மேலது .10

''அளை..கிளை என்பது ஓர் பண்'' - ளகர எதுகை 6

கிளை என்ற பண் எதுவென்று அறியக்கூடவில்லை.

''அரி யென்ப... விளரியே..யாழ்..'' - மேலது15

''மறம்சினம்... குறிஞ்சி சீர் பண்ணே... றகர எதுகை-2

4. அகராதி நிகண்டு

17-ஆம் நூற்றாண்டில் தில்லை இரேவணசித்தர் இயற்றியது. அகர வரிசையில், இன்றைய அகராதி அமைப்பில் உருவான முதல் நிகண்டு. ஒருசொல் பல பெயர்த் தொகுதியாக அமைந்துள்ளதால், அகராதி இலக்கணம் கொண்ட முதல் தமிழ் அகராதி என்றே கூறலாம்.

''அராகம் என்பது. பண் பாலையாழாம்''

''அரந்தையே குறிஞ்சி யாழ்ப்பெயராகும்''

''இராகமே... நிறமும் ஒக்கும்''

இராகம் என்பது பண் என்று குறிப்பிடுகின்றார். (நிறம்-பண்)

''காஞ்சியே மரம், ஓர் பண், மேகலை.

'' காந்தாரம் என்பதோர் பண். ''காமரப்.பண்''

''கிளை என்ப.. ஏழிசையிலோர் பண்''

ஏழ்பெரும் பாலைகளுள் ஒன்றாக, 'கிளை' என்றொரு பண் பற்றிக் குறிப்பிடுகிறார். எந்தப் பாலையை கிளை எனக் குறிப்பிட்டுள்ளார் என அறியக்கூடவில்லை. (கைக்கிளை குரலாய செவ்வழி; எனவே கைக்கிளைப் பண் என்ற செவ்வழி 'கிளை' என்ற பெயர் பெற்றிருக்கலாம்)

"குறிஞ்சி மலையின் சார்பாம் கூறுவோர் மரம், இசைப்பேர்"

குறிஞ்சி நிலத்தின் செடி (மரம்) -குறிஞ்சி; இப்பெயரால் பண் குறிஞ்சி பெயர் பெற்றுள்ளது என்ற சீரிய பதிவு.

" குரல் என்ப... இராகம் "

குரல் -குரல்பாலை - அரிகாம்போதிப்பண்

"சாரல்.. யாழின் இசை...", "சிகண்டி...பாலையாழும்"

"சீவளி செவ்வழி யாழே..." "நவிர் என்ப.. மருதயாழும்"

"நாட்டம் என்பது ஓர் பண்ணும்."

நாட்டம்-பண் நாட்டையாகலாம்

"பாணி என்று... பண்"; பாணி என்கிற ஐந்து சுர (ஔடவம்) பண் குறித்த பதிவு. சான்று முல்லைப்பாணி; குறிஞ்சிப்பணி.

"பாணந்தான் மேகவண்ணக் குறிஞ்சி"

பண் பாணம் என்பது மேகவண்ணக் குறிஞ்சிப்பண் என்ற பதிவு. மேகவண்ணக் குறிஞ்சி இக்காலம் மேகராகக் குறிஞ்சி ஆகியிருக்கலாம். (வண்ணம் =பண் =இராகம்)

"பீதம் ஓர் இராகம்", "பீதம் என்றொரு பண்"(இராகம்)

பற்றிய பதிவு; என்ன பண் என்பது புரியவில்லை.

"மருள் என்ப குறிஞ்சி யாழின் திறம்.'

முடிவுரை

இவ்வாய்வில், நிகண்டுகள் தரும் பண் குறிப்புகள் ஓரளவே ஒப்பாய்வு செய்யப்பட்டுள்ளன. வீரமாமுனிவர் படைத்த சதுர் அகராதியானது பெயர், பொருள், தொகை, தொடை என்ற பகுப்பின் வழி நிகண்டாகவும், அமைப்பு முறையில் அகரவரிசையில் அகராதி யாகவும் விளங்குவதால் ஆய்வாளர்கள் நிகண்டுகளுடன் சதுர் அகராதியையும் ஆய்வுக்கு எடுத்துக் கொள்ளலாம்.

பண்டைய பண்கள் இக்காலத்தில் என்ன இராகமாக வழங்கி வருகின்றன என்பது இங்கு ஓரளவே ஆய்வு செய்ய முடிந்தது. எதிர்வரும் காலங்களில் மற்ற நிகண்டுகளையும் ஆய்வுக்கு எடுத்து மேலும் முன்னெடுக்கலாம்.

பண் பற்றிய நிகண்டு ஆசிரியர்களின் பதிவு முதலாசிரியர் கூறியது, கூறலாக உள்ளது பெரும்பான்மையாகும். நூல் பார்த்து நூல் செய்தார்களா? அல்லது நிகழ்த்துத்துறை கேட்டு நூல் படைத்தார்களா? என நம்மால் அறியக்கூடவில்லை. இருப்பினும் கடந்த 3000 ஆண்டுகளுக்கும் மேலான தமிழிசை வரலாற்றில் தமிழர் கண்ட பண்களைப் பதிவு செய்த நிகண்டுகள் தமிழ் இசை வரலாற்றுக் கருவூலங்களே.

பார்வை நூல்கள்

1. திவாகரம், சென்னைப் பல்கலைக்கழகம் - 1990.

2. பிங்கலம், வசந்தா பதிப்பகம், சென்னை - 2005.

3. சூடாமணி, வசந்தா பதிப்பகம், சென்னை.

4. அகராதி நிகண்டு, உ.வே.சா.நூலகம்-2003.

5. தமிழிசை வளம், வீ.ப.கா.சுந்தரம், மதுரை காமராசர் பல்கலைக்கழகம்-1985.

6. தமிழிசைக் கலைக்களஞ்சியம், வீ.ப.கா.சுந்தரம், திருச்சி பாரதிதாசன் பல்கலைக்கழகம்-1994.

7. தமிழிசைப் பேரகராதி, நா.மம்மது, மதுரை இன்னிசை அறக்கட்டளை-2012.

8. ஆதி இசையின் அதிர்வுகள், நா.மம்மது, திருவண்ணாமலை, வம்சி வெளியிடு -2001.

சுருக்க விளக்கம்

1. அடியார்க் - அடியார்க்குநல்லார் - சிலப்பதிகார உரையாசிரியர்
2. சிலப். - சிலம்பு. - சிலப்பதிகாரம்
3. தொல். - தொல்காப்பியம்
4. நூ - நூற் - நூற்பா
5. புறம் - புறநானூறு